ഒരു കടലോളം

Bodhi Books
Pathiyoor P.O., Kayamkulam
Alappuzha - 690508, Kerala, India
E-mail: bodhibooks03@gmail.com
Tel: +91 9447304886
UDYAM-KL-01-0028313

ORU KADALOLAM
by **Lekshman Madhav**
Drama / Malayalam

First Published: November, 2023

Typesetting: Bodhi Books
Illustration: Lakshman Madhav
Design & Layout:
Chembarathi Creatives, Kottayam

ISBN: 978-81-19770-10-6

Price **Rs. 200**
Production No. B-B-162-1-100-11-23

Printed and bound in India by
Repro Mumbai

ഒരു നാടക പുസ്തകം

ഒരു കടലോളം

ലക്ഷ്മൺ മാധവ്

ബോധി ബുക്സ്
കായംകുളം - 690 508

ലക്ഷ്മൺ മാധവ്

കൊല്ലം ജില്ലയിൽ ചങ്ങൻകുളങ്ങരയിൽ ജനനം. ചങ്ങൻകുളങ്ങര എസ്.ആർ.വി.യു.പി.എസ്, കുലശേഖരപുരം ഗവ.ഹൈസ്കൂൾ, കായംകുളം എം.എസ്.എം. കോളേജ് എന്നിവിടങ്ങളിൽ വിദ്യാഭ്യാസം. കാമ്പസിന്റെ സ്വന്തം റസൂൽ - ഓർമ്മക്കുറിപ്പുകൾ, കണ്ണാടി - നഗ്നകവിതാ സമാഹാരം എന്നിവ കൃതികൾ. പെരുന്തച്ചൻ സിനിമയുടെ സംവിധായകൻ അജയന്റെ ആത്മകഥ കേട്ടെഴുത്ത്. രണ്ട് വിവർത്തന ഗ്രന്ഥങ്ങൾ. Jottings from a College Canteen Attendand (ജലാൽ റഹ്മാന്റെ, ഒരു കോളേജ് കാന്റീൻകാരന്റെ കുറിപ്പുകൾ), Solitunes (എസ്.എം.സാദിഖിന്റെ, ഒരു വീൽചെയർ സഞ്ചാരിയുടെ ഹൃദയതാളം) 1990 കളിൽ ആകാശവാണി തിരുവനന്തപുരം നിലയത്തിൽ പ്രോഗ്രാമുകൾ ചെയ്തു. ആനുകാലികങ്ങളിൽ ലേഖനങ്ങളും കവിതകളും നാടക ആസ്വാദനവും നിരൂപണവും കാലിഗ്രാഫിയും. അഖില കേരള നാടക മത്സരങ്ങളിൽ രചനയും സംവിധാനവും നിർവ്വഹിച്ച ഹ്രസ്വ - ഏകപാത്ര നാടകങ്ങൾക്ക് അവാർഡ് ലഭിച്ചിട്ടുണ്ട്.

പ്രസാധകക്കുറിപ്പ്

നടിക്കാനുള്ളതാണു നാടകം. അനുഷ്ഠാനകലകളുടെ രൂപത്തിലാണ് ആദ്യം നാടകം ലോകമെങ്ങും പ്രകടമായത്. പ്രകടനകലയെന്ന നിലയിൽ നാടകത്തിന് പിന്നീട് വിവിധ പരിവർത്തനങ്ങൾ കൈവന്നു. അതിലൊന്നാണ് നിഴൽനാടകം. ചലച്ചിത്രത്തിന്റെ പൂർവ്വഗാമിയായി ലോകമെങ്ങും അത് വാഴ്ത്തപ്പെട്ടു. കാളിദാസനും ഷേക്സ്പിയറുമടക്കമുള്ള വിശ്വോത്തര നാടകകാരന്മാർ കേവലം മുപ്പത്തിരണ്ടോളം മുഹൂർത്തങ്ങളാണ് ഇതപര്യന്തമുള്ള നാടകങ്ങളിൽ / സാഹിത്യരൂപങ്ങളിൽ കൈകാര്യം ചെയ്തിട്ടുള്ളതെന്നു നിരീക്ഷിക്കപ്പെട്ടിട്ടുണ്ട്. കവിത്വത്തിന്റെ പരകോടിയായിരുന്നു ഭാരതത്തിനു നാടകം. നമ്മുടെ ആദ്യകാല ചലച്ചിത്രങ്ങൾ നാടകത്തിന്റെ പരാവർത്തനങ്ങളായിട്ടാണ് പ്രേക്ഷകന് അനുഭവപ്പെട്ടത്. ജീവിതത്തെ നാടകത്തോട് ഉപമിക്കാറുണ്ട്. ജീവിത നാടകം എന്ന ശൈലി തന്നെ രൂപപ്പെട്ടതു നാടകത്തിന് ജീവിതത്തിലുള്ള സ്വാധീനത്തെയാണു കാണിക്കുന്നത്.

ഇപ്രകാരമുള്ള നാടകമെന്ന കലാരൂപവുമായി ദീർഘ നാളത്തെ പരിചയമുള്ള ആളാണ് ഈ പുസ്തകത്തിന്റെ രചയിതാവ്. രംഗവേദിക്കും രസകരവും ഗാഢവുമായ വായനയ്ക്കും ഒരുപോലെ ഇണങ്ങുന്ന ഒരു രചനയാണ് വായനക്കാരുടെ കൈകളിൽ ഇരിക്കുന്ന "ഒരു കടലോളം" എന്ന ഈ പുസ്തകം. എന്നു മാത്രല്ല, രംഗാവതരണത്തിൽ ചില പരീക്ഷണങ്ങൾക്കും പരിവർത്തനങ്ങൾക്കും വേണ്ടിയുള്ള പരിശ്രമംകൂടി ഇതിലുണ്ട്. മലയാള സാഹിത്യ ലോകത്തിന് മികച്ച ഒരു നാടകകൃതിയെയാണ് ഈ ഗ്രന്ഥത്തിലൂടെ ലഭ്യമായിരിക്കുന്നത്. അഭിമാനത്തോടെയാണു പുസ്തകം ബോധി ബുക്സ് കൈരളിക്ക് സമർപ്പിക്കുന്നത്.

ഈ പുസ്തകത്തിന്റെ പ്രസിദ്ധീകരണത്തിന്
ഇത്രമേൽ പിൻതുണയും ആത്മാർത്ഥതയും
സ്നേഹവും നൽകിയ സുഹൃത്തുക്കൾ...
പ്രസാധകർ...

ആമുഖം

നിലവിൽ തുടർന്നു വരുന്ന പ്രൊഫഷണൽ നാടക കല്പനകളുമായി ഒത്തുതീർപ്പിനു ശ്രമിക്കാത്ത രചന ആയതു കൊണ്ടാവാം, പ്രൊഫഷണൽ നാടകരംഗം ഈ നാടകത്തെ ശ്രദ്ധിച്ചില്ല. അത്തരമൊരു നാടകത്തിന്റെ പതിവു മേമ്പൊടികൾ ചേർത്ത് സമരസപ്പെടാൻ ഒരിക്കലും ചിന്തിച്ചതുമില്ല.

ജൈവിക സ്വഭാവം കുറഞ്ഞുവരുന്ന ഒരു ഘട്ടത്തിലാണ് നാടകമിപ്പോൾ. പ്രാചീന യവനരുടെ വസന്തോത്സവങ്ങളിൽ നിന്നും അനുഷ്ഠാനങ്ങളായി ആവിർഭവിച്ച് ഇബ്സന്റെയും ചെക്കോഫിന്റെയും ഷേക്സ്പിയറുടെയും കാലഘട്ടത്തിലൂടെ വളർന്നപ്പോഴും നാടകത്തിന് ജൈവിക സ്വഭാവമുണ്ടായിരുന്നു. അതുകൊണ്ടാണ് നാടകം ജീവിതത്തിന്റെ പരിച്ഛേദമാണെന്നു പറയേണ്ടി വരുന്നത്.

ദേശങ്ങൾ കടന്ന് നാടകം വികാസ പരിണാമങ്ങളോടെയാണ് ഇന്ത്യയിലെത്തിയത്. പാഴ്സികളാണ് പ്രൊഫഷണൽ നാടകങ്ങൾ ഇന്ത്യയിൽ പരിചയപ്പെടുത്തിയത്. കലാസപര്യയ്ക്കൊപ്പം നാടകം വരുമാന സ്രോതസ്സു കൂടിയാക്കാമെന്നാണ് പാഴ്സികൾ പറഞ്ഞുവെച്ചത്.

ഇതര നാടകങ്ങൾ കേരളത്തിലുണ്ടായെങ്കിലും പ്രത്യേകിച്ച് പ്രൊഫഷണൽ നാടകം ജനകീയ കലയായി ഉയർന്നു. കാലഘട്ടങ്ങളിലൂടെ നാടകം ജീവിത മാർഗ്ഗവും ലാഭവും പ്രാധാന്യത്തോടെ ലക്ഷ്യമിട്ടപ്പോൾ നിയതമായ നാടക ശൈലിക്കു മാറ്റമുണ്ടായി, കിടമത്സരമുണ്ടായി. വികാസപരിണാമങ്ങൾക്കു വിധേയമാകാതെ നാടകം നിർമ്മിത ബുദ്ധിയുടെ ചട്ടക്കൂട്ടിലായി.

കാളിദാസന്റെയും ഭാസന്റെയും എൻ.കൃഷ്ണപിള്ളയുടെയുമൊക്കെ നാടകങ്ങൾ നമ്മൾ ആസ്വദിച്ചത് സ്റ്റേജിൽ കണ്ടു കൊണ്ടല്ല. സ്റ്റേജിൽ കാണാത്ത മറ്റ് അനേകം നാടകപുസ്തകങ്ങളും ഇന്ന് കേരളത്തിന്റെ ഗ്രന്ഥപ്പുരകളിലുണ്ട്. ഈ നാടകം പുസ്തക രൂപത്തിലാക്കുന്നതിന്റെ പ്രസക്തിയെക്കുറിച്ച് ചിന്തിച്ചത് അവിടെയാണ്.

ജലാൽ റഹ്മാന്റെ "ഒരു കോളേജ് കാന്റീൻകാരന്റെ കുറിപ്പുകൾ" എന്ന പുസ്തകത്തിലെ "രാജുവിന്റെ ഒട്ടക ജീവിതം" എന്ന കുറിപ്പിൽ നിന്നാണ് ഈ നാടകത്തിന്റെ ത്രെഡ് കണ്ടെത്തിയത്. അനുവാദ

ത്തോടു കൂടി. സൗദി അറേബ്യയിലെ ഒരു മസ്രയിലൂടെ ഈ നാടകത്തിന്റെ വികാസം സംഭവിക്കുന്നതു കൊണ്ട് അതു സംബന്ധിച്ചുള്ള മൂന്നു മാസത്തെ പഠനം വേണ്ടി വന്നു. പിന്നീട് നാലര മാസം കൊണ്ടാണ് ഈ നാടകം പൂർത്തീകരിച്ചത്.

ഇതൊരു സമ്പൂർണ്ണ നാടകമാണെന്ന് അവകാശപ്പെടാത്തതു കൊണ്ട് വ്യത്യസ്ത അഭിരുചിയുള്ള വായനക്കാർക്ക് അവരവരുടേതായ നിലയിൽ വിമർശിക്കാം. അത് അവരുടെ അവകാശമാണെന്ന് ഉറച്ചു വിശ്വസിക്കുന്നു. ശരിയെന്നു കരുതി സൃഷ്ടിക്കപ്പെടുന്നതിലെ പോരായ്മ പരിഹരിക്കാൻ വിമർശനത്തിലൂടെ കഴിയും.

അസാധാരണമായൊരു ദശാസന്ധിയിലെത്തുമ്പോഴാണ് ജീവിതം പ്രവചനാതീതമാണെന്ന് ബോധ്യപ്പെടുന്നത്. സങ്കല്പങ്ങളും സംഭവങ്ങളും വ്യത്യസ്തങ്ങളാകുമ്പോൾ, ജീവിതത്തിന്റെ ചവിട്ടുപടിയിൽ നിന്നുകൊണ്ട് നമ്മൾ വിസ്മയിക്കാറുണ്ട്. ഈ കാഴ്ചപ്പാടിന് അടിവരയിട്ടു കൊണ്ട്, രണ്ടു വ്യത്യസ്ത തലങ്ങളെ പരസ്പരം ബന്ധിപ്പിക്കുന്ന ഋജുരേഖയിലൂടെയാണ് ഈ നാടകത്തിലെ ജീവിതം കടന്നു പോകുന്നത്. ഇതിലെ ഇതിവൃത്തത്തിന് ഇഴയിഴകളായി യഥാർത്ഥ സംഭവങ്ങളുണ്ട്.

ജീവിതത്തിന്റെ നിഷ്കളങ്കമായ ഇടങ്ങളിലാണ് സങ്കീർണ്ണതകൾ പരിഹരിക്കപ്പെടുന്നത്. നേരെ പോവുക, നേരായി പോവുക എന്നതാണ് ജീവിതത്തിന്റെ യഥാർത്ഥ പ്രമാണം. നമ്മൾ കാണാത്ത ലോകത്തെക്കുറിച്ചുള്ള കേട്ടറിവുകൾ നമ്മെ പലതരത്തിൽ ഊഹിക്കാൻ പ്രേരിപ്പിക്കുന്നു. ഊഹങ്ങൾ മുൻവിധിക്കായി പ്രേരിപ്പിക്കുന്നു. കണ്ടിട്ടില്ലാത്തത് നേരിൽ കാണുമ്പോൾ അതുവരെയുള്ള വ്യാഖ്യാനങ്ങളെല്ലാം അസ്ഥാനത്താകുന്നു. വ്യാഖ്യാനങ്ങൾക്കപ്പുറം അസംഭവ്യമെന്നു തോന്നിപ്പിക്കാവുന്ന ജൈവിക യാഥാർത്ഥ്യങ്ങളാണ് ഈ നാടകത്തിന്റെ കാതലായി നിൽക്കുന്നത്.

സ്നേഹവും സന്തോഷവും ദുഃഖവും വിരഹവും അങ്ങനെ എല്ലാ വികാരങ്ങളും ലോകത്തെവിടെയും ഒരുപോലെ തന്നെ. സ്നേഹമെന്ന വികാരത്തിന് എവിടെയും ഒരേ തുടിപ്പാണ്, ഒരേ ഭാഷയാണ്, ഒരേ ഹൃദയതാളമാണ്. വൈരുദ്ധ്യങ്ങളിൽ നിന്നും സംഘർഷങ്ങളിൽ നിന്നും സങ്കീർണ്ണതകളെ ലഘൂകരിച്ച് ഈ നാടകത്തിലെ പല നാട്ടുകാരായ കഥാപാത്രങ്ങൾ പരസ്പരം ഒരു കടലോളം സ്നേഹം വാരി വിതറുന്നു. ആ സ്നേഹം അനുഭവിക്കാൻ വായനക്കാർക്കും കഴിയുമെന്നു കരുതട്ടെ.

ഒരു കടലോളം സ്നേഹത്തോടെ,

ലക്ഷ്മൺ മാധവ്

അവതാരിക

നാടകത്തിന് ഏതെങ്കിലും തരത്തിലുള്ള ചട്ടക്കൂടുകൾ വേണമെന്ന് ആരെങ്കിലും ശഠിച്ചാൽ അവർ ഘടികാരസൂചിയെ പിടിച്ചു നിർത്താൻ ശ്രമിച്ചു പരാജയപ്പെടുന്നവരാണെന്ന് പറയേണ്ടിവരും.

എല്ലാ ചട്ടക്കൂടുകളെയും നിരാകരിക്കുകയോ ഉടച്ചുവാർക്കുകയോ ചെയ്യലാണ് നാടകത്തിന്റെ അടിസ്ഥാന ധർമ്മം എന്നുകൂടി കടന്നു ചിന്തിക്കുന്നവരുണ്ട്.

ഉണ്ടായ കാലം തൊട്ടേ നാടകം ഒരു പുരോഗമന കലയാണ്.

കഥകളിയോ കൂടിയാട്ടമോ പോലുള്ള പാരമ്പര്യ കലകൾ അതിന്റെ ചിട്ടവട്ടങ്ങളിലും രീതിശാസ്ത്രത്തിലും ഒതുങ്ങി നിന്നു കൊണ്ടു തന്നെ അതിന്റെ പ്രൗഢമായ സ്വത്വപ്രകാശനം നടത്തുമ്പോൾ നാടകം എക്കാലത്തും മാമൂലുകളെ ഉല്ലംഘിച്ചു കൊണ്ട് നിലത്തേക്കിറങ്ങി ച്ചെന്ന് മനുഷ്യരെ കൂടെ കൂട്ടി കലയുടെ ഒരു സംഘബോധം സൃഷ്ടി ക്കാൻ ശ്രമിച്ചു.

അതുകൊണ്ടു തന്നെയാണ് നാടകത്തിൽ തന്നെ വിവിധങ്ങളായ ശാഖകളുണ്ടായത്.

അത്തരം ശാഖകൾ പോലും രംഗഭാഷയിലും കൃതിയിലും വൈവി ധ്യങ്ങൾ തേടി വേറെ വേറെ വഴികൾ സൃഷ്ടിച്ചു.

ഇവിടെ ലക്ഷ്മൺ മാധവ് എഴുതിയ 'ഒരു കടലോളം' എന്ന നാടകം നമ്മൾ കണ്ടു ശീലിച്ച നാടകങ്ങളിൽ നിന്നും വഴിമാറി നടക്കു ന്നു എന്നതു തന്നെയാണ് ഞാനതിൽ കാണുന്ന വലിയ പ്രത്യേകത.

ഇത് പ്രൊഫഷണൽ നാടകമാണോ അമേച്വർ നാടകമാണോ എന്നെല്ലാം സങ്കേതത്തെക്കുറിച്ച് ആരെങ്കിലും സന്ദേഹപ്പെടുന്നുവെ ങ്കിൽ, ഇത് നാടകമാണ് എന്ന് ഒറ്റവാക്കിൽ ഉത്തരം നൽകാൻ ഞാൻ ധൈര്യപ്പെടുന്നു.

ഒറ്റയിരിപ്പിൽ എനിക്കീ നാടകം വായിച്ചു തീർക്കാനും ആസ്വദിക്കാ നും കഴിഞ്ഞു എന്നതു തന്നെയാണ് എനിക്ക് അതിനുള്ള ധൈര്യം നൽകുന്നത്.

ഹേമന്ദ്കുമാർ

നാടകാചാര്യൻ

തോപ്പിൽ ഭാസിക്ക്

കഥാപാത്രങ്ങൾ

ദിവാകരൻ: 55 നും 60 നും ഇടയിൽ പ്രായം. സാധാരണ കുടുംബനാഥൻ. സരസവും ചിലപ്പോഴൊക്കെ വൈകാരികവുമായി സംസാരിക്കുന്ന പ്രകൃതം. മിക്കപ്പോഴും ഉത്കണ്ഠയുള്ള മാനസികാവസ്ഥ.

കമലാക്ഷി: ദിവാകരന്റെ ഭാര്യ. 50 നും 55 നും ഇടയിൽ പ്രായം. കുടുംബ കാര്യങ്ങളിൽ സദാ ഇടപെടുന്ന വീട്ടമ്മ.

നിരഞ്ജൻ: ദിവാകരൻ - കമലാക്ഷി ദമ്പതികളുടെ മകൻ. 25 നും 30 നുമിടയിൽ പ്രായമുള്ള സുന്ദരനായ യുവാവ്.

ഗായത്രി: നിരഞ്ജന്റെ ഭാര്യ. 22 വയസ്സ് പ്രായം. സാഹചര്യങ്ങളെ സമചിത്തതയോടെ സമീപിക്കുന്ന യുവതി.

കൃഷ്ണദാസ്: 50 നും 55 നും മദ്ധ്യേ പ്രായം. ഗായത്രിയുടെ ബന്ധു. ബിൽഡിംഗ് കോൺട്രാക്ടർ. പറ്റുന്ന സന്ദർഭങ്ങളിലെല്ലാം വക്ര ബുദ്ധി പ്രയോഗിക്കുന്ന സ്വഭാവം.

ബ്രോക്കർ: 35 വയസ്സു പ്രായം. ഇയാൾ കാരണം മറ്റുള്ളവർക്കുണ്ടാകുന്ന ബുദ്ധിമുട്ടുകൾ നിസ്സാരമായി കാണുന്ന സ്വഭാവം.

അഹമ്മദ്: സൗദി അറേബ്യയിലെ ഒട്ടക മസ്രയുടെ ഉടമ. 55 വയസ്സ്.

റാബിയ: അഹമ്മദിന്റെ ഭാര്യ. 50 വയസ്സ് പ്രായം.

പ്രസാദ്: മസ്രകളിൽ ജല വിതരണം ചെയ്യുന്ന ജോലി. പ്രായം 35 വയസ്സ്.

യമനി: മസ്രയിലെ ജോലിക്കാരനായ യമൻ പൗരൻ. 30 വയസ്സ് പ്രായം.

ആരംഭിക്കുന്നു....

രംഗം - 1

(യവനിക ഉയരുമ്പോൾ ഓട്ടോസ്റ്റാൻഡിന്റെ അവ്യക്തമായ ദൃശ്യം. ഓട്ടോറിക്ഷകൾ കാണപ്പെടുന്നുണ്ട്. രാത്രിയിൽ നിലാവിന്റെ അരണ്ട വെളിച്ചത്തിൽ നിഴൽ രൂപങ്ങൾ പോലെ മൂന്ന് ഓട്ടോ ഡ്രൈവർമാർ സംസാരിച്ചു കൊണ്ടു നിൽക്കുന്നു. രാത്രിയിൽ പതിവായി ഏറെ വൈകിയും ഓട്ടം പ്രതീക്ഷിച്ചു നിൽക്കുന്നവരാണ്.)

ഒന്നാമൻ : ഓ... ഇനിയിന്ന് കാത്തു നിന്നിട്ട് കാര്യമില്ല...

രണ്ടാമൻ : ശരിയാ... കറണ്ടുമില്ല... നമുക്ക് പോകാം...

നിരഞ്ജൻ *(മൂന്നാമൻ, 25-30 വയസ്സുള്ള സുമുഖനായ ചെറുപ്പക്കാരൻ)* : എങ്കി... ശരി... നമുക്ക് പോകാം... വീട്ടി ച്ചെന്നിട്ട് എനിക്ക് വണ്ടി യൊന്നു തേച്ചു കഴുകണം.

(മൂന്നുപേരും പിരിയാനൊരുങ്ങുമ്പോൾ ഒരു പെൺകുട്ടിയുടെ നിലവിളി കേൾക്കുന്നു (OBV). മൂവരും ആ ദിശയിലേക്കു നോക്കുന്നു. 20-22 വയസ്സു പ്രായം വരുന്ന സുന്ദരിയായ ഒരു പെൺകുട്ടി ഓടി വന്ന് കിതച്ച് ക്ഷീണിച്ചു നിൽക്കുന്നു. മൂന്നു ഡ്രൈവർമാരും അത്യധികം ആകാംക്ഷയോടെ പെൺകുട്ടിയുടെ അടുത്തേക്കു വരുന്നു. രണ്ടാമൻ അവൾ വന്ന ദിശയിലേക്കു പോയി ആരെങ്കിലും വരുന്നുണ്ടോ എന്നു നോക്കിയിട്ട് മടങ്ങിവരുന്നു. അവൾ വെള്ളം കുടിക്കണമെന്ന് ആംഗ്യം കാണിക്കുന്നു. ഒന്നാമൻ ഓടിച്ചെന്ന് ഓട്ടോയിൽ നിന്ന് കുപ്പിവെള്ള മെടുത്ത് ഒഴിച്ചു കൊടുക്കുന്നു. അവൾ ആർത്തിയോടെ വെള്ളം കുടിക്കുന്നു. കിതപ്പ് നിൽക്കുന്നില്ല. മൂവരും രക്ഷകരെ പോലെ വേഗ ത്തിലുള്ള ഇടപെടൽ. നിരഞ്ജൻ മൊബൈലിന്റെ ടോർച്ച് അവളുടെ മുഖത്തേക്ക് അടിക്കുമ്പോൾ അവളുടെയും നിരഞ്ജന്റെയും മുഖത്തു മാത്രമായി വെളിച്ചം പതിയുന്നു. എന്നാൽ വെള്ളം കുടിച്ചതിലുള്ള ആശ്വാസത്തിന്റെ സൂചകമായി വെളിച്ചം അല്പം കൂടി കൂടുന്നുണ്ട്. ഇപ്പോൾ എല്ലാവരേയും ഏകദേശം വ്യക്തമായി കാണാം. നിരഞ്ജൻ പെൺകുട്ടിയെ തിരിച്ചറിയുന്നു.)

നിരഞ്ജൻ : *(അത്യധികം ആകാംക്ഷയോടെ)* ഗായത്രീ... ഈ നേരത്ത്... എന്താ... ? എന്താ സംഭവിച്ചേ... ?

ഗായത്രി : എന്നെ... എങ്ങോട്ടേലും... കൊണ്ടുപോയി... രക്ഷപെടുത്ത്...

ഒന്നാമൻ : *(തിടുക്കത്തിൽ)* എവിടുന്നു വരുവാ? എന്തു പറ്റിയതാ?

ഗായത്രി : *(പരിഭ്രമത്തോടെ)* അയാൾ വന്ന്.... പ്രശ്നമുണ്ടാക്കും... അയാളെന്നെ കൊല്ലും. അയാളങ്ങനെ തീരുമാനിച്ചു കാണും.

രണ്ടാമൻ : പേടിക്കണ്ട... ഈ ഒട്ടോസ്റ്റാൻഡിൽ വന്ന് ആരും ഒന്നും ചെയ്യത്തില്ല. അത് ഞങ്ങള് നോക്കിക്കോളാം.

നിരഞ്ജൻ : ഗായത്രീ... എന്താണുണ്ടായതെന്ന് ഒന്നു തെളിച്ചു പറ.

ഗായത്രി : *(കിതപ്പ് പിടിച്ചു നിർത്താൻ ശ്രമിച്ചിട്ട് പരഭ്രമത്തിൽ)* അയാളെന്നെ കൊല്ലാൻ തന്നെയാ വന്നത്... ഇരുട്ടത്ത് ഇടവഴിയിലൂടെ ഞാനിങ്ങ് ഓടിപ്പോന്നതാ...

നിരഞ്ജൻ : *(അസ്വസ്ഥനായി)* ആരാണെന്നു പറ. എന്തുവാ സംഭവിച്ചതെന്നു പറ. എങ്കിലല്ലേ ഞങ്ങൾക്ക് എന്തെങ്കിലും ചെയ്യാൻ പറ്റൂ.

ഗായത്രി : ആ... കൃഷ്ണദാസ്.

(ഗായത്രി കൂടുതൽ ക്ഷീണിതയാകുന്നു. നിരഞ്ജൻ അവളെ താങ്ങിപ്പിടിച്ച് ഓട്ടോയിലേക്ക് കൊണ്ടുപോയി ഇരുത്തുന്നു. അതിനിടയിൽ മറ്റു രണ്ടുപേരോടും 'ഞാനിവളെ കൊണ്ടുപോവുകയാ' എന്നു പറയുന്നു. 'എവിടേക്കാ' എന്ന ചോദ്യത്തിന് ഉത്തരം പറയാതെ നിരഞ്ജൻ ഗായത്രിയുമായി ഓട്ടോ സ്റ്റാർട്ട് ചെയ്തു പോകുന്നു. ബാക്കി രണ്ട് ഡ്രൈവർമാരും ഒന്നും മനസ്സിലാവാത്ത മട്ടിൽ പരസ്പരം നോക്കി നിൽക്കുന്നു.)

... LIGHT OFF ...

രംഗം - 2

(സാധാരണ വീടിന്റെ തളം. തളത്തിൽ നിന്ന് അടുക്കളയിലേക്കും അകത്തെ മുറിയിലേക്കും പോകാനുള്ള വാതിൽ. ഒന്നുരണ്ടു ജനലുകൾ. കസേരകൾ, ടീപ്പോ. ടീപ്പോയിൽ ഒന്നു രണ്ടു ബുക്കുകളും പേനയും. ഭിത്തിയിൽ ഒരു പഴയ ക്ലോക്ക്. അകലേക്കു നോക്കിയാൽ മലയോര കൃഷിഭൂമി കാണാം. ദിവാകരനും കമലാക്ഷിയും നിരഞ്ജനും താമസിക്കുന്ന വാടക വീടാണത്. ഗായത്രി അകലെ കൃഷി ഭൂമിയിലേക്കു നോക്കി നിൽക്കുന്നു. ഏകാന്തതയുടെ അന്തരീക്ഷം. പുറത്ത് ഓട്ടോറിക്ഷ വന്നു നിൽക്കുന്ന ശബ്ദം. ഗായത്രി തിരിഞ്ഞു നിന്ന് ശബ്ദം കേട്ട ഭാഗത്തേക്ക് നോക്കി നിരഞ്ജൻ വരുന്നതിന്റെ ആശ്വാസത്തോടെ നിൽക്കുന്നു. പുറത്തു നിന്ന് നിരഞ്ജൻ തളത്തിൽ പ്രവേശിക്കുന്നു. ഗായത്രിയെ കണ്ട് ഒരു മാത്ര നോക്കി നിന്നിട്ട്)

നിരഞ്ജൻ : *(സ്നേഹപൂർവ്വം)* ഇവിടിങ്ങനെ തനിച്ച് നിൽക്കേണ്ട കാര്യമുണ്ടോ? അമ്മയ്ക്കും അച്ഛനുമൊപ്പം എന്തെങ്കിലും വർത്തമാനം പറഞ്ഞ് ഇരുന്നു കൂടെ നിനക്ക്? ഒറ്റയ്ക്കിരിക്കുമ്പോൾ വിഷമം കൂടത്തല്ലേയുള്ളു?

ഗായത്രി : നിരഞ്ജനൊപ്പം ഈ വീട്ടിൽ വന്നിട്ട് ഇപ്പോൾ വരെ അച്ഛനും അമ്മയും എന്നോട് യാതൊന്നും ചോദിക്കാതിരിക്കുന്നത് ഒരു വീർപ്പുമുട്ടലാണ്. ഒരു തരം അരക്ഷിതാവസ്ഥ പോലെ. ഒരു കുറ്റവാളിയെ പോലെ നിൽക്കാനല്ലേ എനിക്കു കഴിയൂ.

(നിരഞ്ജൻ നിസ്സഹായതയോടെ തലകുനിച്ച് കസേരയിൽ ഇരിക്കുന്നു. ഗായത്രി നിരഞ്ജന്റെ അടുത്തു വരുന്നു)

ഗായത്രി : അച്ഛനും അമ്മയും എന്നെ കുറിച്ച് എന്തായിരിക്കും ചിന്തിക്കുന്നത്?

നിരഞ്ജൻ : *(ചെറിയ പരിഹാസം)* അതെനിക്കറിയില്ല. ചിന്തകൾക്ക് ശബ്ദമുണ്ടായിരുന്നുവെങ്കിൽ

നമുക്ക് കേൾക്കാമായിരുന്നു

ഗായത്രി : നമ്മൾ എവിടെ ആയാലും അവിടെ ഒരു സ്ഥാനമുണ്ടെങ്കിലല്ലേ ആത്മവിശ്വാസത്തോടെ നിൽക്കാൻ പറ്റൂ?

നിരഞ്ജൻ : സ്ഥാനമില്ലെന്ന് തീരുമാനിച്ചു കഴിഞ്ഞോ? നിന്റെ സ്ഥാനം എന്തെന്ന് ചർച്ച ചെയ്യാൻ പറ്റിയില്ല. ഇവിടെയിപ്പോൾ ആരുടെയും മൈൻഡ് സെറ്റ് അനുകൂലമല്ല. *(ദ്വേഷ്യം)* അപ്പോഴാ സ്ഥാനം നിർണ്ണയിക്കുന്നത്. നിന്റെ സ്ഥാനം നീ തന്നെ ഉറപ്പിച്ചിട്ട് ആ നിലയിൽ അവരോട് ഇടപെടാൻ നോക്ക്.

ഗായത്രി : കൂട്ടലും കിഴിക്കലുമായി ബുദ്ധിമുട്ടി ജീവിതം തള്ളിനീക്കുന്ന ഈ കുടുംബത്തിലേക്ക് ഞാൻ വരണ്ടായിരുന്നു എന്ന് ഇപ്പോൾ തോന്നുന്നു.

നിരഞ്ജൻ : എന്നാപ്പിന്നെ... പിന്നെ നീ എവിടെ പോകുമായിരുന്നു?

ഗായത്രി : അതറിയത്തില്ല.

നിരഞ്ജൻ : *(ക്ഷോഭത്തിൽ)* പിന്നെ എന്തിനാണ് ഇങ്ങനെയൊക്കെ പറയുന്നത്? എന്താണുദ്ദേശിച്ചത്?

ഗായത്രി : വരുമാനമില്ലാത്ത അച്ഛൻ. നിസ്സഹായയായ അമ്മ. സർക്കാർ ജോലിക്ക് ആഗ്രഹിക്കുന്ന മകൻ. വാടക കൊടുക്കാൻ പോലും കഷ്ടപ്പെടുന്ന അവസ്ഥ. അതിനിടയിൽ ഞാൻ ഒരു ബുദ്ധിമുട്ടു തന്നെയാണ്.

നിരഞ്ജൻ : അതൊക്കെ നേരത്തേ നിനക്കറിയാവുന്നതാണല്ലോ. നിന്നെ രക്ഷിക്കാൻ ആ സമയത്ത് ഞാൻ വേണമായിരുന്നു. അതല്ലേ കാര്യം? സൗഭാഗ്യങ്ങളിലേക്കല്ല നിന്നെ കൊണ്ടുവന്നത്. നീയൊരു ബുദ്ധിമുട്ടാണെന്ന് ഇവിടെ ആരെങ്കിലും പറഞ്ഞോ?

അല്ലെങ്കിൽത്തന്നെ നിനക്ക് അഭയം തന്ന തല്ലേയുള്ളൂ? എന്റെ ഭാര്യയായിട്ടല്ലല്ലോ കൊണ്ടുവന്നത്. ഇരിപ്പും കിടപ്പുമൊക്കെ പ്രത്യേകമാണല്ലോ.

ഗായത്രി : പക്ഷേ ആരും പറയാതെ തന്നെ എനിക്ക് ഞാനൊരു ബുദ്ധിമുട്ടാണെന്ന് മനസ്സിലാക്കാൻ കഴിയുന്നുണ്ട്. അതാണ് അവരുടെ നിശ്ശബ്ദതയുടെ അർത്ഥം.

നിരഞ്ജൻ : ഇത്തരമൊരു സാഹചര്യത്തിൽ നിന്നെ ഇവിടെ കൊണ്ടുവന്നപ്പോൾ പിന്നെ അവർ എന്തു വേണം? നീ കാടുകേറി ചിന്തിക്കണ്ട.

ഗായത്രി : ജീവിതം എന്നെ പഠിപ്പിച്ചത് അതിജീവനമാണ്. അതിനുള്ള പിന്തുണ തന്നത് നിരഞ്ജന്റെ വലിയ മനസ്സാണ്. കൃഷ്ണദാസിന്റെ വീട്ടിലും എനിക്ക് ധൈര്യം തന്നത് നിരഞ്ജനാണ്. പക്ഷേ, ഇവിടെ അന്യതാ ബോധം എന്നെ അലട്ടുന്നു.

നിരഞ്ജൻ : നിന്റെ കാര്യങ്ങളൊക്കെ എന്നോടു പറഞ്ഞിട്ടുള്ളതാണല്ലോ. അതൊന്നും ആവർത്തിക്കേണ്ട കാര്യമില്ല. നമ്മൾ പ്രേമിച്ചു നടന്നവരൊന്നുമല്ല. ഞാനിതുവരെ ഒരു പെണ്ണിന്റേം പൊറേന് നടന്നിട്ടുമില്ല. പക്ഷേ ഒരു പ്രത്യേക സാഹചര്യത്തിൽ നിന്നെ ഇവിടെ കൊണ്ടു വരേണ്ടി വന്നു. നിന്നെ രക്ഷിക്കാൻ മറ്റു മാർഗ്ഗമുണ്ടായിരുന്നില്ല. ഈ വീട്ടിൽ ഞാൻ മോശക്കാരനുമായി. കാടുകേറി ഓരോന്നു പറയരുത്. പറഞ്ഞെന്റെ സ്വസ്ഥത കളയരുത്.

ഗായത്രി : എന്റെ ആവലാതി പറഞ്ഞെന്നേയുള്ളു. ദേഷ്യപ്പെടാനോ സ്വസ്ഥത കളയാനോ അല്ല.

നിരഞ്ജൻ : കാര്യങ്ങൾ എന്തായാലും അച്ഛനും

അമ്മയും എപ്പോഴെങ്കിലും മനസ്സിലാക്കും. അതെനിക്കുറപ്പാണ്. പിന്നെ നാട്ടുകാർ പൂച്ചം പൂച്ചം രഹസ്യം പറയുന്നുണ്ട്. അവന് ഇതിന്റെയൊക്കെ ആവശ്യമുണ്ടായിരുന്നോ എന്ന്. ഞാനതൊന്നും കാര്യമാക്കുന്നില്ല. സ്വന്തം കാര്യം എങ്ങനെയും ആയിക്കൊള്ളട്ടെ, മറ്റുള്ളവരുടെ വിശേഷമറിയാനാണ് ചിലർക്ക് കൗതുകം. വിജയമാണെങ്കിൽ അസൂയപ്പെടാനും പരാജയമാണെങ്കിൽ ആഘോഷമാക്കാനുമാണ് താല്പര്യം.

ഗായത്രി : നാട്ടുകാരുടെ വായ മൂടിക്കെട്ടാൻ ആർക്കും കഴിയില്ല. എല്ലാവരുടെയും അഭിപ്രായം ചോദിച്ചു കൊണ്ട് ഒരു കാര്യവും നമുക്ക് ചെയ്യാൻ പറ്റില്ല. കാരണം ഒരുവന്റെ ശരി മറ്റൊരുവന്റെ തെറ്റാണ്. നാട്ടുകാരെ കുറ്റപ്പെടുത്താനൊന്നും പോകണ്ട കേട്ടോ...

നിരഞ്ജൻ : *(സഹതാപം)* നിന്റെ മനസ്സ് വല്ലാതെ വിഷമിക്കുന്നുണ്ടെന്നറിയാം. എല്ലാം മറന്നിട്ട് ഈ വീട്ടിൽ സമാധാനമായി ജീവിക്കാൻ വേണ്ടി അച്ഛനോടും അമ്മയോടും ഒരു അടുപ്പമുണ്ടാക്കാൻ ശ്രമിക്ക്. സ്നേഹവും ബഹുമാനവും കൊടുത്തുകൊണ്ട് തുടങ്ങ്. എന്തെങ്കിലും അഭിപ്രായ വ്യത്യാസമുണ്ടെങ്കിൽ പതുക്കെ മാറിക്കൊള്ളും. എല്ലാം നിന്റെ മിടുക്കു പോലിരിക്കും.

ഗായത്രി : എഞ്ചിനിയറാകാൻ കാത്തിരുന്ന നിരഞ്ജൻ, ഓട്ടോറിക്ഷാ ഓടിക്കാൻ തുടങ്ങിയപ്പോൾ തന്നെ ആ മനസ്സ് ഞാൻ തിരിച്ചറിയുന്നു.

നിരഞ്ജൻ : *(കോപം)* ഇത്തരം സംസാരം ഒന്ന് നിർത്ത് ഗായത്രീ... ഇവിടത്തെ സ്ഥിതി നോക്കുമ്പം അതു ഞാൻ നേരത്തേ വിചാരിച്ചതാണ്. എന്തെങ്കിലും പണിക്കു പോകണമെന്ന്.

ഗായത്രി : എന്തായാലും നിരഞ്ജന്റെ സ്വപ്നങ്ങൾ നടക്കണമെന്നാണ് എന്റെ ആഗ്രഹം.

നിരഞ്ജൻ : നടക്കുന്നെങ്കിൽ നടക്കട്ടെ. ഞാനിത് തല്ക്കാലത്തേക്ക് ചെയ്യുന്ന ജോലിയാണ്. സ്വന്തമായി അല്പം സ്ഥലവും ഒരു വീടും അച്ഛന്റെയും അമ്മയുടെയും ആഗ്രഹമാണ്. അത് സാധിച്ചു കൊടുക്കണം. മാത്രമല്ല, നീയും ഇനി എന്റെ ഉത്തരവാദിത്തമാണ ല്ലോ. *(ഗായത്രി ആശ്വാസത്തോടെ നെടു വീർപ്പിടുന്നു)* ഒരു വലിയ തുക ആവശ്യ മുള്ളതു കൊണ്ട് മറ്റെന്തെങ്കിലും മാർഗ്ഗം കണ്ടു പിടിച്ചേ മതിയാവൂ. ഇവിടെ കൂലി പ്പണി ചെയ്താൽ... അതൊക്കെ നടക്ക ണമെങ്കിൽ എത്രകാലം വേണ്ടി വരും? പെട്ടെന്ന് എന്തെങ്കിലും കണ്ടുപിടിച്ചേ പറ്റൂ.

(ദിവാകരനും തൊട്ടുപിന്നാലെ കമലാക്ഷിയും പ്രവേശിക്കുന്നു. അവരെ കാണുമ്പോൾ നിരഞ്ജനും ഗായത്രിയും രണ്ടു വശത്തേക്കു മാറുന്നു)

ദിവാകരൻ : *(മുന്നോട്ടു വന്നിട്ട് ശകാരം പോലെ)* കാര്യ ങ്ങൾ കൈവിട്ടു പോയതിന്റെ മൗനം എല്ലാ വരിലും കാണുന്നുണ്ട്. മുൻപിൻ നോട്ടമി ല്ലാതെ എന്തെങ്കിലുമൊക്കെ കാട്ടിക്കൂട്ടി യാൽ അനുഭവിക്കുക, അത്ര തന്നെ.

നിരഞ്ജൻ : *(അസ്വസ്ഥനായിട്ട്)* ആരെങ്കിലും എനിക്കി ത്തിരി സ്വസ്ഥത താ... സമൂഹത്തിലേക്ക് ഇറങ്ങിച്ചെല്ലുമ്പോൾ പല കാര്യങ്ങളിലും ഇടപെട്ടുപോയെന്നിരിക്കാം. ചിലത് ശരി ആയിരിക്കും മറ്റു ചിലത് തെറ്റായിരിക്കും. തെറ്റായാലും ശരിയായാലും അവരവർ ചെയ്യുമ്പോൾ ശരി മാത്രമേയുള്ളു. എന്തു ചെയ്താലും എല്ലായ്പോഴും എനിക്ക് അച്ഛന്റെ അംഗീകാരം നേടാൻ കഴിഞ്ഞെ ന്നു വരില്ല. അതൊരു തെറ്റായി മാത്രം കണ്ടാൽ ഞാനെന്തു ചെയ്യും?

ദിവാകരൻ : *(അസ്വസ്ഥത)* നീ കുട്ടി ആയിരിക്കുമ്പോൾ എന്തിനും ഏതിനും എന്റെ അംഗീകാരം തേടി വരുമായിരുന്നു. ഞാൻ തരുന്ന ഓരോ ഉപദേശവും നീ അനുസരിക്കുമ്പോൾ, നിന്റെ അച്ഛനായതിൽ ഞാൻ അഭിമാനം കൊണ്ടു. എന്റെ ഉപദേശങ്ങളെല്ലാം നിന്റെ നന്മയിൽ കലാശിക്കണമെന്ന് ആഗ്രഹിച്ചു. പക്ഷേ, കൗമാരക്കാരനായപ്പോൾ നിന്നിൽ മാറ്റം വന്നു തുടങ്ങി. അത് സ്വാഭാവികം. എന്നാലും കാര്യപ്രാപ്തിയുള്ള ഒരു പുരുഷനായി നീ വളർന്നു വരാൻ എന്റെ അംഗീകാരം കൂടിയേ കഴിയൂ എന്നു ഞാൻ വിശ്വസിച്ചു.

നിരഞ്ജൻ : അതു കൊണ്ടു തന്നെയാണ് ഞാൻ ഇങ്ങനെയൊരു കാര്യം ചെയ്തത്. അതിൽ അച്ഛൻ അസ്വസ്ഥനാകുന്നതെന്തിന്?

ദിവാകരൻ : *(കോപം)* അതെന്തുവാടാ... നിന്നോട് ഞാനിത് ആവശ്യപ്പെട്ടോ?

നിരഞ്ജൻ : ഇല്ല. ഈ പെണ്ണിനെ വിളിച്ചോണ്ടു വരാൻ ഏതെങ്കിലുമൊരു തരത്തിൽ അച്ഛൻ എനിക്ക് പ്രേരണ തന്നിട്ടുണ്ട്.

ദിവാകരൻ : നല്ലതു ചെയ്യാനാണ് നിന്നെ ഞാൻ പഠിപ്പിച്ചത്. പക്ഷേ, ഒന്നും നിന്നെ അടിച്ചേൽപ്പിക്കാൻ ശ്രമിച്ചിട്ടില്ല. *(ക്ഷോഭം)* ഇപ്പോൾ നീ ചെയ്തത് ശരിയാണോ? ഞാൻ പ്രേരിപ്പിച്ചിട്ടാണോ?

നിരഞ്ജൻ : അച്ഛൻ എന്റെ മാതൃകയാണെങ്കിൽ ഞാൻ ചെയ്തത് ശരി തന്നെയാണ്.

(ഗായത്രി ദിവാകരന് അഭിമുഖമായി വരുന്നു. കമലാക്ഷി ആകാംക്ഷയോടെ അടുത്തേക്കു വരുന്നു)

ഗായത്രി : *(ദിവാകരനോട്)* അങ്ങ് പറഞ്ഞതാണു ശരി. നിരഞ്ജൻ ചെയ്ത തെറ്റിന് ഞാനാണ്

കാരണക്കാരി. ഞാനാണ് ഈ വീട്ടിലെ അസ്വസ്ഥതയ്ക്കു കാരണം. ഞാൻ ഇവിടെയൊരു അഭയാർത്ഥി മാത്രം. ഈ വീട്ടിൽ സ്വസ്ഥത മടക്കിക്കൊണ്ടു വരാൻ വേണ്ടി ഞാൻ മടങ്ങി പോയേക്കാം.

(നിരഞ്ജൻ അസ്വസ്ഥനാകുന്നു. ദിവാകരൻ ഗായത്രി പറഞ്ഞത് ഇഷ്ടപ്പെടാത്ത പോലെ നിൽക്കുന്നു.)

കമലാക്ഷി : *(ഗായത്രിയോട് അല്പം ക്ഷോഭത്തിൽ)* നാട്ടുകാർ ചർച്ചയ്ക്കെടുക്കുന്ന ഏറ്റവും പ്രധാനപ്പെട്ട വിഷയങ്ങളിൽ ഒന്നാണ് ഇവിടെ സംഭവിച്ചിരിക്കുന്നത്. പരദൂഷണങ്ങളെ കണ്ടില്ലെന്നു നടിച്ചാലും അത് എല്ലാവരെയും അലട്ടിക്കൊണ്ടിരിക്കും. അക്കാര്യം സംസാരിച്ചപ്പോൾ നീയെന്തിനാ കുട്ടീ സ്വയം നിന്ദിക്കുന്നത്?

നിരഞ്ജൻ : *(കമലാക്ഷിയോട്)* അമ്മയും പലതും മറന്നു കൊണ്ടാണ് സംസാരിക്കുന്നത്.

ദിവാകരൻ : *(നിരഞ്ജനോട്)* ഈ പെങ്കൊച്ചിനെ നീ വിളിച്ചു കൊണ്ടു വന്നിട്ട് ദിവസങ്ങൾ കഴിഞ്ഞിട്ടും ഇതുവരെ ഇവൾ ഏതെന്നോ എവിടെ നിന്നു വന്നെന്നോ എന്തിനു വന്നെന്നോ ഞാൻ ചോദിച്ചില്ല. *(കമലാക്ഷിയെ ചൂണ്ടിക്കാണിച്ചിട്ട്)* ഇവളും. ഇവൾക്ക് ചോദിക്കാൻ തിടുക്കമുണ്ടായിരുന്നു. പക്ഷേ ഞാൻ വിലക്കി. നീയൊട്ടു പറഞ്ഞതുമില്ല. കുറ്റബോധം കൊണ്ടാണ് നീ പറയാതിരുന്നത്.

നിരഞ്ജൻ : അച്ഛൻ അതൊന്നും ചോദിക്കാതെ ഒരു കുറ്റവാളിയെപ്പോലെ എന്നെ നിർത്തുകയല്ലേ? അതു തന്നെ കടുത്ത ശിക്ഷയല്ലേ?

കമലാക്ഷി : ദോഷം പറയരുത്, ഞാനീ കൊച്ചിന്റെ പേര് ചോദിച്ചു കേട്ടോ?

(ദിവാകരൻ കമലാക്ഷിയെ രൂക്ഷമായി നോക്കുന്നു. കമലാക്ഷി ജാള്യതയോടെ നിൽക്കുന്നു)

ദിവാകരൻ : *(നിരഞ്ജനോട്)* നീ അനാവശ്യമായി യാതൊന്നും ചെയ്യത്തില്ല എന്നായിരുന്നു ഞങ്ങളുടെ വിശ്വാസം.

കമലാക്ഷി : *(ദിവാകരനെ പിൻതാങ്ങിക്കൊണ്ട് നിരഞ്ജനോട്)* ഈ കൊച്ചുമായി നീ ഇവിടെ വരുമ്പോൾ യാതൊന്നുമറിയാതെ അന്തംവിട്ടു നിൽക്കാനേ ഞങ്ങൾക്ക് കഴിഞ്ഞുള്ളു.

ദിവാകരൻ : *(ഗൗരവത്തിൽ)* ഈ പെണ്ണുമായി നിനക്ക് അടുപ്പമുണ്ടായിരുന്നെന്ന് ഒരു ധാരണയും എനിക്കുണ്ടായിരുന്നില്ല. അങ്ങനെയൊരു അറിവുണ്ടായിരുന്നെങ്കിൽ ഞാൻ ഇടപെട്ട് കല്യാണം നടത്തി തരുമായിരുന്നു. *(ക്ഷോഭത്തിൽ)* ആരോടും ഒന്നും പറയാതെ ഒരു പെണ്ണിനെ ഒപ്പം കൂട്ടി കേറി വന്നാൽ എന്തു വിചാരിക്കണം? എന്തു ചോദിക്കണം? നിശ്ശബ്ദതയാണല്ലോ ശക്തമായ മറുപടി.

നിരഞ്ജൻ : ഇവളുമായി ഞാൻ വന്നപ്പോൾ അച്ഛന്റെ മുഖഭാവത്തിന്റെ അർത്ഥമെന്തായിരുന്നു? എനിക്ക് സദാചാര ബോധമില്ലെന്നു കരുതിയോ? അതോ ഒരു തോന്ന്യാസിയാണെന്ന് വിചാരിച്ചോ? ഇതുവരെ അച്ഛൻ എന്റെ ഇഷ്ടങ്ങൾക്ക് എതിര് നിന്നിട്ടില്ല. പക്ഷേ ഈ കാര്യത്തിൽ അച്ഛൻ എതിർത്തു പോയാൽ ഗായത്രിയെ എനിക്ക് രക്ഷിക്കാൻ കഴിയുമായിരുന്നില്ല. അതുകൊണ്ടാണ് ഇങ്ങനെ ചെയ്യേണ്ടി വന്നത്.

ദിവാകരൻ : എല്ലാ മാതാപിതാക്കളും മക്കളെ വളർത്തുന്നത് പ്രതീക്ഷയോടെയാണ്. പ്രതീക്ഷകൾ തകരുമ്പോൾ പലതും ചിന്തിച്ചു പോകും.

നിരഞ്ജൻ : എന്റെ പ്രവൃത്തിയിൽ അനാവശ്യമൊന്നും ഇല്ലെന്നാണ് ഞാൻ വിശ്വസിക്കുന്നത്.

ദിവാകരൻ : *(ക്ഷോഭം)* പിന്നെ നീയെന്തുവാടാ ചെയ്തത്?ഏതാടാ ഈ പെണ്ണ്? ഒരു ചെറുപ്പക്കാരന്റെ വീട്ടിൽ വന്നു നിൽക്കാൻ നിങ്ങൾ തമ്മിൽ പിന്നെ എന്തു ബന്ധമാണുള്ളത്?

നിരഞ്ജൻ : അച്ഛൻ അമ്മയെ വിവാഹം കഴിച്ചത് എല്ലാവരേയും അറിയിച്ചു കൊണ്ടായിരുന്നോ? *(ദിവാകരൻ ഞെട്ടുകയും വിളറുകയും ചെയ്യുന്നു.)* എല്ലാ എതിർപ്പുകളെയും ധീരമായി നേരിട്ട്, വിളിച്ചിറക്കി കൊണ്ടുവന്നതല്ലേ? (ദിവാകരൻ വീണ്ടും ഞെട്ടുന്നു) ഞാൻ ചെയ്തത് അങ്ങനെയല്ല.

ദിവാകരൻ : *(ഓർക്കാപ്പുറത്തു കിട്ടിയ ആഘാതം പോലെ)* പിന്നെന്താണ്? നീ ചെയ്തത് തെറ്റല്ലെങ്കിൽ പിന്നെന്താണു സംഭവിച്ചത്?

നിരഞ്ജൻ : ഞാൻ ഇവളെയും കൂട്ടി രാത്രിയിൽ ഇവിടെ വന്നപ്പോൾ തന്നെ അച്ഛന് എന്നോടു ചോദിക്കാമായിരുന്നു. അച്ഛൻ ചിന്തിച്ചത് മറ്റെന്തൊക്കെയോ ആയിരുന്നു. ഞാൻ ഇവളെ വണ്ടിയിൽ നിന്നിറക്കി തർക്കിച്ചു നിന്നത് കണ്ടപ്പോൾ അച്ഛൻ സങ്കല്പിച്ചത്... ഓട്ടോ പണിക്ക് പോയിത്തുടങ്ങിയപ്പോൾ ഞാൻ വഴിതെറ്റിപ്പോയെന്ന് സിംപിളായി വിചാരിച്ചു... അല്ലേ?

ദിവാകരൻ : *(അടക്കാനാവാത്ത അസ്വസ്ഥത)* അതൊക്കെ വിട്ടുകള. എനിക്കിപ്പോൾ അറിയണം സംഭവിച്ചത് എന്താണെന്ന്.

നിരഞ്ജൻ : നിങ്ങൾ കരുതിയ പോലെയല്ല ഇവൾ *(ഓർക്കുന്ന പോലെ)* ഗായത്രി എന്റെ ജൂനിയറായി പഠിച്ച പെൺകുട്ടിയാണ്. ഞാനും ഇവളുമായി സൗഹൃദം ഉണ്ടായിരുന്നത് സത്യമാണ്. പരസ്പരം എല്ലാം തുറന്നു പറയുന്ന സുഹൃത്തുക്കൾ. ജീവിതത്തിൽ ഒട്ടേറെ പ്രശ്നങ്ങളുള്ള പെൺകുട്ടിയാണിവൾ.

(നിരഞ്ജൻ കാര്യങ്ങൾ പറയാൻ തുടങ്ങുന്നു എന്നു മനസ്സിലാക്കി കൊണ്ട് ഗായത്രി അകത്തേക്കു പോകുന്നു)

... LIGHT OFF ...

രംഗം - 3

FLASH BACK

(രാത്രി. ദീപം തെളിയുമ്പോൾ, കൃഷ്ണദാസിന്റെ ആധുനിക സജ്ജീകരണങ്ങളുള്ള വീടിന്റെ സ്വീകരണ മുറി. സുമുഖനും നല്ല ഉയരവും അതിനൊത്ത വണ്ണവും പുഷ്ടിയുള്ള ശരീരവും കഷണ്ടിയും. സ്നേഹപൂർവ്വമെന്നു തോന്നിപ്പിക്കുന്ന ദുരുദ്ദേശത്തോടെയുള്ള സംസാരവും പെരുമാറ്റവും. മുറിയുടെ ഒരു ഭാഗത്ത് കൃഷ്ണദാസ് കസേരയിലിരുന്ന് കണ്ണാടിയിൽ നോക്കി ബ്രഷും ചീപ്പും ഉപയോഗിച്ച് ശേഷിക്കുന്ന മുടിയിൽ ഡൈ അടിച്ച് കറുപ്പിക്കുന്നു. ലുങ്കിയാണ് ധരിച്ചിരിക്കുന്നത്. ശരീരത്തിൽ ഡൈയുടെ തുള്ളി വീഴാതിരിക്കാൻ നെഞ്ചും കഴുത്തും മറച്ചുകൊണ്ട് ടൗവൽ വിരിച്ചിട്ടുണ്ട്. പ്രവൃത്തി തുടരുന്നതിനിടയിൽ ഫോൺ കോൾ വരുന്നു)

കൃഷ്ണദാസ് : കൈയൊഴിയാതെ എപ്പോൾ എന്തുപണി ചെയ്താലും അപ്പോൾ ഉറപ്പായും കോൾ വന്നിരിക്കും. പകൽ... സമയം കിട്ടാത്തതു കൊണ്ടാ രാത്രിയിൽ ഈ പണി ചെയ്യുന്നത്.

(മേശപ്പുറത്തേക്ക് കൈ എത്തി ഫോൺ എടുത്ത് സംസാരിക്കുന്നു.)

OBV (പെയിന്റർ) : സാധനങ്ങളൊക്കെ തീർന്നു. നാളെ വർക്ക് ചെയ്യണമെങ്കിൽ... വാങ്ങിയേ പറ്റൂ.

കൃഷ്ണദാസ് : *(ഫോണിൽ)* അത് നിങ്ങളാരെങ്കിലും കടയിൽ ചെന്ന് വാങ്ങിയിട്ട് ബില്ല് തന്നാൽ മതി. എന്തെങ്കിലും ആവശ്യമുണ്ടെങ്കിൽ സൂപ്പർവൈസറെ വിളിക്കണം. കെട്ടിടം പണിതീർത്ത് അടുത്താഴ്ച കൈമാറാനുള്ളതാണ്. നിങ്ങൾ പെയിന്റർമാരാണ് പണി ഒഴപ്പുന്നത്. പാവം കോൺട്രാക്ടറാണേ. പെട്ടെന്നൊന്ന് തീർത്തു തരണേ.

OBV (പെയിന്റർ) : ഞങ്ങൾ മാക്സിമം ശ്രമിക്കുന്നുണ്ട്.

കൃഷ്ണദാസ് : ഓക്കെ.

(പേടിച്ചും പരിഭ്രമിച്ചും ഗായത്രി വാതിലിൽ വന്നു നിന്ന് കൃഷ്ണ ദാസിനെ നോക്കുന്നു. പ്രവൃത്തി തുടരുന്നതിനിടയിൽ കൃഷ്ണദാസ് ഗായത്രിയെ കാണുന്നു.)

ഗായത്രി : കൃഷ്ണദാസ് അങ്കിളേ, ആന്റിയും കുട്ടികളും ഇതുവരെ വന്നില്ലല്ലോ. ഒന്നു വിളിക്കാമോ?

കൃഷ്ണദാസ് : അവൾ ഇങ്ങോട്ട് വിളിച്ചിരുന്നു. കൂട്ടിക്കൊണ്ടുവരാൻ അങ്ങോട്ടു പോകണം. ഒന്നു കുളിച്ചു വൃത്തിയാകുന്ന താമസം. നിനക്കെന്താ പേടിയാകുന്നോ? വിജയലക്ഷ്മിയും പിള്ളേരും അവളുടെ വീട്ടിൽ പോയപ്പോൾ അവർക്കൊപ്പം നിനക്കും പോകാമായിരുന്നു. അല്ലേലും കുടുംബക്ഷേത്രത്തിൽ ഉത്സവത്തിന് പോയാൽ വിചാരിക്കുന്ന സമയത്ത് തിരികെ വരാൻ പറ്റുമോ? നിന്നെയും വിളിച്ചതല്ലേ?

ഗായത്രി : അങ്കിൾ എന്താ അവരോടൊപ്പം പോകാഞ്ഞത്?

(കൃഷ്ണദാസ് ചെറുതായൊന്നു ഞെട്ടുന്നു)

ഗായത്രി : എന്നാലും ആന്റിക്ക് ഇരുട്ടുന്നതിനു മുൻപ് വരാമായിരുന്നു. ഞാൻ പോകാഞ്ഞത്... മറ്റൊന്നും കൊണ്ടല്ല അങ്കിൾ. അവിടെ വരുന്ന ബന്ധുക്കളെല്ലാം എന്നോട് വിശേഷങ്ങൾ ചോദിക്കും. എനിക്ക് വേദനയും അവർക്കൊക്കെ സന്തോഷം തോന്നുന്നതുമായ കാര്യത്തിലെത്തുമ്പോഴായിരിക്കും കുശലാന്വേഷണം നിർത്തുന്നത്. *(അസഹ്യമായി)* അതെനിക്കിനി വയ്യ. അവരോടൊക്കെ മറുപടി പറയേണ്ടിവരും. ഞാൻ പറയുന്നത് ആർക്കും ഇഷ്ടപ്പെടണമെന്നില്ല. എന്നാലും... ആന്റി നേരത്തേ വരുമെന്നാ വിചാരിച്ചത്.

കൃഷ്ണദാസ് : സാധാരണ സംഭവമല്ലല്ലോ നിന്റെ വീട്ടിൽ നടന്നത്. നാട്ടിൽ നടക്കുന്ന കാര്യങ്ങൾ ആൾക്കാർ ചർച്ച ചെയ്യുന്നത് പതിവാണ്.

ഗായത്രി : അങ്കിളേ, അതൊക്കെ കേൾക്കുമ്പോൾ വിഷമമുണ്ടാകുമെങ്കിലും വിഷമിച്ചു ജീവിക്കാൻ എനിക്കു പറ്റത്തില്ല.

കൃഷ്ണദാസ് : *(കൈയിലിരിക്കുന്ന ബ്രഷും ചീപ്പും മേശപ്പുറത്തു വച്ച് എഴുന്നേറ്റുവന്നിട്ട്)* അവിടെയാണ് നിന്നെ ഞാൻ സമ്മതിക്കുന്നത്. ഒരു തരം ചെറുത്തു നിൽപ്പ്. *(പരിഹാസം)* അതിന് ധിക്കാരമെന്നോ അഹങ്കാരമെന്നോ പറഞ്ഞു കൂടാ.

ഗായത്രി : സമയം പോകുന്നു. അങ്കിൾ പോയി ആന്റിയെ വിളിച്ചോണ്ടു വാ.

കൃഷ്ണദാസ് : അവൾ വരുന്നതിനുമുൻപ് നിന്നോട് ചില കാര്യങ്ങൾ പറയാനുണ്ട്. അവളുടെ മുന്നിൽ വച്ച് പറഞ്ഞാൽ ചിലപ്പോൾ നിനക്ക് ബുദ്ധിമുട്ടുണ്ടാകും.

(കൃഷ്ണദാസ് വന്ന് കസേരയിലിരിക്കുന്നു. ഗായത്രിയെ നോക്കിയിട്ട് കസേര വലിച്ചിടുന്നു)

ഗായത്രി : വേഗം പറയ്.

കൃഷ്ണദാസ് : നീ ഇങ്ങു വരൂ. *(ഗായത്രി അടുത്തേക്കു ചെല്ലുന്നു)* ഇവിടെ ഇരിക്കൂ.

(ഗായത്രി ഇരിക്കാൻ മടിക്കുമ്പോൾ നിർബ്ബന്ധിച്ച് കസേരയിൽ അഭിമുഖമായി ഇരുത്തുന്നു)

ഗായത്രി : *(കൃഷ്ണദാസിന്റെ മുടിയിൽ നോക്കിക്കൊണ്ട് സാഹചര്യം മാറ്റാനുള്ള ശ്രമം)* മുടി ഡൈ അടിച്ചിട്ട് കഴുകി കളയുന്നില്ലേ?

കൃഷ്ണദാസ് : കുറച്ചു കഴിയട്ടെ.

ഗായത്രി : *(തിടുക്കം)* അങ്കിളിനു പറയാനുള്ളത് എന്താണെന്നു വെച്ചാ പറ.

കൃഷ്ണദാസ് : *(ഓർത്തു കൊണ്ട്)* നിന്നെ ഇവിടെ കൂട്ടി ക്കൊണ്ടു വന്ന് വളർത്തി വലുതാക്കി. ഇഷ്ടമുള്ള കോഴ്സ് പഠിപ്പിച്ചു. ഇനി കെട്ടിച്ചു വിടണം.

ഗായത്രി : സംരക്ഷിക്കാൻ മനസ്സുകാട്ടിയ അങ്ങയോട് നന്ദിയുണ്ട്.

കൃഷ്ണദാസ് : നന്ദിയൊന്നും വേണ്ട. പക്ഷേ എനിക്കൊരു നിർദ്ദേശം വയ്ക്കാനുണ്ട്. സത്യത്തിൽ നിർദ്ദേശമല്ല, നിയന്ത്രണമാണ്.

ഗായത്രി : *(ജിജ്ഞാസ)* അങ്കിൾ ടെൻഷനടിപ്പി ക്കാതെ കാര്യം പറ.

കൃഷ്ണദാസ് : നീ ഇടയ്ക്കിടയ്ക്ക് ഒരു പയ്യനുമായി ഫോണിൽ സംസാരിക്കാറുണ്ടല്ലോ. അവന്റെ പേരെന്താ... ? നിരഞ്ജൻ... ആ സംസാരം നിർത്തണം. അതെനിക്കിഷ്ടമല്ല.

ഗായത്രി : നിരഞ്ജനുമായി സംസാരിക്കുന്നതിൽ എന്താണ് തെറ്റ്? മനസ്സ് തുറന്നു സംസാരി ക്കുന്ന ഒരു സീനിയർ സ്റ്റുഡന്റ് ആയിരുന്നു നിരഞ്ജൻ.

കൃഷ്ണദാസ് : ശരിയായിരിക്കാം. ആ അടുപ്പം മറ്റൊരു വഴി യിലേക്ക് സഞ്ചരിച്ചു കൂടെന്നില്ലല്ലോ.

ഗായത്രി : സൗഹൃദം നടിച്ച് വഴി തെറ്റിക്കുന്ന സ്വഭാവ ക്കാരനല്ല നിരഞ്ജൻ.

കൃഷ്ണദാസ് : അതൊക്കെ നിന്റെ വിശ്വാസമാണ്.. ഓരോ കാര്യത്തിലേക്ക് കടന്നു ചെല്ലുമ്പോഴേ അതൊക്കെ മനസ്സിലാവൂ. ഏതായാലും നീ സൂക്ഷിക്കണം.

ഗായത്രി : അതെ. സൂക്ഷിക്കേണ്ടവരെ സൂക്ഷിക്കണം. ഞാനതൊക്കെ ശ്രദ്ധിക്കുന്നുമുണ്ട്.

കൃഷ്ണദാസ് : *(വിളറുന്നു)* നിനക്ക് സംരക്ഷണം നൽകുന്ന എന്നോട് നിനക്കൊരു കടപ്പാടില്ലേ?

ഗായത്രി : ഉണ്ട്... മനസ്സ് നിറയെ കടപ്പാടുണ്ട്.

(കൃഷ്ണദാസ് ഗായത്രിയെ വല്ലാതെ നോക്കുന്നു. കൃഷ്ണദാസിന്റെ ഉദ്ദേശം മനസ്സിലാക്കിയ ഗായത്രി എഴുന്നേൽക്കുന്നു)

ഗായത്രി : അങ്കിൾ എന്താണ് വിചാരിക്കുന്നത്?

കൃഷ്ണദാസ് : അത് മനസ്സിലാക്കാനുള്ള പ്രായം നിനക്കില്ലേ?

(കൃഷ്ണദാസിന്റെ ഉള്ളിൽ ദുരുദ്ദേശത്തിന്റെ അലയടിക്കുന്നു. അയാൾ ഗായത്രിയുടെ തോളിൽ കൈവയ്ക്കുന്നു. ഗായത്രി കുതറി മാറുന്നു. കൃഷ്ണദാസ് ഗായത്രിക്കു നേരെ നടന്നടുക്കുന്നു)

ഗായത്രി : *(അലർച്ച)* തൊട്ടുപോകരുത്. ഇനി തൊട്ടാൽ കൊന്നു കളയും ഞാൻ.

കൃഷ്ണദാസ് : *(ജാള്യതയോടെ)* അതിനു തക്ക കാര്യമൊന്നുമുണ്ടായില്ലല്ലോ പെണ്ണേ...

ഗായത്രി : നിങ്ങടെ ഉദ്ദേശം വളരെ നേരത്തേ എനിക്കറിയാമായിരുന്നു. നിങ്ങടെ ഭാര്യയും മക്കളും വീട്ടിലില്ലാത്ത ഇന്ന് പ്രത്യേകിച്ച്.

(കൃഷ്ണദാസ് ഭീകരമായി ഗായത്രിയുടെ അടുത്തേക്കു വരുന്നു)

ഗായത്രി : *(ഒഴിഞ്ഞുമാറിക്കൊണ്ട്)* നിൽക്ക്... നിൽക്ക്... ധൃതി കൂട്ടാതെ. നിങ്ങൾ എനിക്ക് ചെയ്ത സഹായങ്ങൾക്ക് പകരമായി വേണ്ടത് ഇതാണല്ലേ? നിങ്ങളൊരു നീചനാണെന്ന് തെളിയിക്കാൻ ഇവിടെ തെളിവുകളോ സാക്ഷികളോ ഇല്ല. ഇരയും സാക്ഷിയും ഞാൻ തന്നെ. എനിക്ക് നിങ്ങടെ മുന്നിൽ ഇരയാവാൻ മനസ്സില്ലെങ്കിലോ?

കൃഷ്ണദാസ് : നീ കൂടുതൽ കൊണവതികാരമൊന്നും പറയണ്ട. വല്യ പാതിവ്രത്യവും പറയണ്ട. നിന്റെ അച്ഛന്റെയും അമ്മയുടെയും പാരമ്പര്യമേ നീയും കാണിക്കാൻ വഴിയുള്ളു. നീ പരിശുദ്ധ ആയിട്ട് വല്യ കാര്യവുമില്ല.

ഗായത്രി : ഓഹോ. അപ്പോൾ അതാണ് കാര്യം.

കൃഷ്ണദാസ് : അതേടീ, വിത്തുഗുണം പത്തു ഗുണം എന്നല്ലേ പ്രമാണം.

ഗായത്രി : എന്തു ചെയ്യണം, എന്തു ചെയ്യരുത് എന്നാണ് അവരുടെ പ്രവൃത്തിയിൽ നിന്ന് ഞാൻ പഠിച്ചത്.

കൃഷ്ണദാസ് : നീ രണ്ടാം ക്ലാസ്സിൽ പഠിക്കുമ്പോൾ നിന്റെ അമ്മ ഒരുത്തന്റെ കൂടെ ഇറങ്ങി പോയപ്പോഴും... നിന്റെ അച്ഛൻ മറ്റൊരുത്തി യുടെ കൂടെ പോയപ്പോഴും നിന്നെ ഞാൻ ഏറ്റെടുത്തില്ലായിരുന്നെങ്കിൽ നിന്റെ കാര്യം എന്താകുമായിരുന്നു?

ഗായത്രി : അന്ന് നിങ്ങൾ എന്റെ വീട്ടിൽ കൂടിനിന്ന ആളുകളോട് പറഞ്ഞതെന്താണ്? നിങ്ങളുടെ കൺസ്ട്രക്ഷൻ കമ്പനിയിലെ കൽപ്പണിക്കാരന്റെ മകളെ സംരക്ഷിക്കാ നുള്ള മനുഷ്യത്വം നിങ്ങൾക്കുണ്ടെന്ന്. ആ മനുഷ്യത്വം ഇന്നെവിടെപ്പോയി?

കൃഷ്ണദാസ് : നിന്നെ ഇത്ര വരെ വളർത്തിയത് എന്റെ മനുഷ്യത്വം കൊണ്ടു തന്നെയാണ്.

ഗായത്രി : നിങ്ങളുടെ ഉദ്ദേശം പലപ്പോഴും ഞാൻ മനസ്സിലാക്കിയിരുന്നു. അവസരം കാത്തിരു ന്നതാണല്ലേ? നിങ്ങൾ എത്രത്തോളം ഉദാ രമതിയായാലും ശരി, ഇത്തരം പ്രവൃത്തിക ളുണ്ടാകുമ്പോൾ അതെല്ലാം വെള്ളത്തിൽ വരച്ചതു പോലെയാണ്.

കൃഷ്ണദാസ് : നീയെന്നെ നാണം കെടുത്തുകയാണോ?

ഗായത്രി : എന്റെ സുരക്ഷിതത്വം നോക്കിയത് എങ്ങ നെയാണ് നാണം കെടുത്തലാവുന്നത്? ഞാൻ എത്ര പ്രതിരോധിച്ചാലും നിങ്ങ ൾക്കെന്നെ കീഴടക്കാനും കൊല്ലാനും കഴിയും. അതോടെ നാണക്കേട് മാറും.

നിങ്ങൾ ബിസിനസ്സുകാരൻ, പണക്കാരൻ, രാഷ്ട്രീയ സ്വാധീനമുള്ളവൻ. അങ്ങനെയുള്ള നിങ്ങളെ ആർക്കും ഒന്നും ചെയ്യാൻ കഴിയില്ല എന്നു നിങ്ങൾ വിചാരിക്കുന്നു. നിങ്ങൾ കേട്ടിട്ടുള്ള വാർത്തകൾ അതാണ്. അങ്ങനെ കരുതിയിട്ടുണ്ടെങ്കിൽ നിങ്ങൾക്കു തെറ്റി.

കൃഷ്ണദാസ് : നീ എന്ത് ഒലത്തുമെന്നാ പറയുന്നത്?

ഗായത്രി : *(താക്കീത്)* എന്നോട് അനാവശ്യം കാണിച്ചാൽ... എന്തും ചെയ്യുമെന്ന്. ഇനി ഏതെങ്കിലും തന്ത്രത്തിൽ എന്നെ എന്തെങ്കിലും ചെയ്യാമെന്നു വിചാരിച്ചാലും അതു നടക്കില്ല. അതിനു ഞാനാ മിടുക്കി. *(പരിഹാസം)* ഇപ്പോൾ കാഴ്ചവച്ച പകൽ മാന്യന്റെ പെർഫോമൻസുണ്ടല്ലോ. ഗംഭീരമായിട്ടുണ്ട്.

കൃഷ്ണദാസ് : *(ആക്രോശിച്ചു കൊണ്ട്)* എടീ..... എനിക്കുണ്ടാക്കിയ നാണക്കേടിന് നിന്നെ... എന്തും വരട്ടെ... നിന്നെ ഞാൻ കൊല്ലും.

(കൃഷ്ണദാസ് ഭീകരനായി മാറുന്നു. അയാൾ ഗായത്രിയുടെ കഴുത്തിന് കുത്തിപ്പിടിക്കുന്നു. മൽപ്പിടുത്തത്തിനു ശേഷം ഗായത്രി പുറത്തേക്ക് അലറിക്കൊണ്ട് കുതറി ഓടുന്നു.)

... LIGHT OFF ...

രംഗം - 4

(ഫ്ളാഷ്ബാക്ക് അവസാനിക്കുന്നതോടെ ദീപം തെളിയുന്നു. ദിവാകരനും കമലാക്ഷിയും നിരഞ്ജനും നേരത്തേ നിന്നതുപോലെ)

നിരഞ്ജൻ : ജീവരക്ഷയ്ക്കായി ഓടി വന്ന ഇവളെ രക്ഷിക്കാൻ മറ്റു മാർഗ്ഗമില്ലായിരുന്നു. അച്ഛനും അമ്മയും ഇവൾക്ക് എന്നേക്കാൾ സംരക്ഷണം കൊടുക്കുമെന്ന് ഉറച്ചു വിശ്വസിച്ചു. പക്ഷേ അച്ഛൻ മുൻവിധിയോ ടെയാണ് ഇതിനെ കണ്ടത്. എന്തായാലും ഇറക്കി വിട്ടില്ലല്ലോ. അല്ലെങ്കിലും ഒരു പിതാവും ഇഷ്ടപ്പെടുന്ന പ്രവൃത്തി അല്ലല്ലോ ഇത്. പെട്ടെന്ന് ചെയ്യേണ്ട കാര്യ മായതുകൊണ്ട് അച്ഛനോടു പറയാൻ പറ്റിയില്ല.

ദിവാകരൻ : *(വീണ്ടുവിചാരം വന്നതു പോലെ)* ഉറച്ചു വിശ്വസിക്കുന്ന ശരികളെ പ്രതിരോധി ക്കാൻ മറ്റൊരു ശരി വരുമ്പോൾ മൊഴിമുട്ടി പ്പോകും. നിരഞ്ജൻ, നീയാണു ശരി. ഗായത്രിയെ എന്റെ മരുമോളായി സ്വീകരി ക്കുന്നു. അല്ലേ കമലാക്ഷീ?

കമലാക്ഷി : ഇല്ല... മരുമോളായിട്ട് സ്വീകരിക്കാൻ എനിക്ക് ബുദ്ധിമുട്ടുണ്ട്.

(എല്ലാവരും അസ്വസ്ഥരാകുന്നു)

ദിവാകരൻ : പിന്നെ?

കമലാക്ഷി : മോളായിട്ട്...

(എല്ലാവരും സന്തോഷിക്കുന്നു)

കമലാക്ഷി : *(നിരഞ്ജനോട്)* പക്ഷേ ഒരു കാര്യം. പെണ്ണിനെ തട്ടിക്കൊണ്ടു പോയീന്നു

പറഞ്ഞ് ആരെങ്കിലും കേസിനോ
വഴക്കിനോ വരുമോടാ?

ദിവാകരൻ : *(കമലാക്ഷിയോട്)* ഇപ്പോൾ ഉത്കണ്ഠ നിനക്കാണ്. അതൊക്കെ വരുന്നതു പോലെ കാണാം.

നിരഞ്ജൻ : അച്ഛനും അമ്മയും ആ കാര്യത്തിൽ പേടിക്കണ്ട. ഇവളെ തിരക്കി ആരെങ്കിലും വരാനായിരുന്നെങ്കിൽ അതിന്റെ സമയം കഴിഞ്ഞു.

കമലാക്ഷി : *(ദിവാകരനോട്)* എല്ലാ കാര്യത്തിലും ഉത്കണ്ഠയും വെപ്രാളവുമുള്ള ഇങ്ങൾക്ക് ഈ കാര്യത്തിൽ ഒരു അതൊന്നുമില്ല.

(തെല്ലൊരാശ്വാസത്തോടെ നിരഞ്ജൻ അകത്തേക്ക് പോകുന്നു. ഗായത്രി പ്രവേശിക്കുന്നു. കണ്ട മാത്രയിൽ കമലാക്ഷി മുന്നോട്ടു ചെന്ന് സന്തോഷത്തോടെ ഗായത്രിയുടെ കൈപിടിച്ച് കൊണ്ടുവരുന്നു)

ദിവാകരൻ : *(ഗായത്രിയോട്)* മോളേ, നിന്റെ ചെറുത്തുനില്പും ധൈര്യവും സമ്മതിച്ചു തരുന്നു. ഇങ്ങനെ വേണം പെൺകുട്ടികൾ.

ഗായത്രി : ചെറുത്തു നിന്നെങ്കിലും അതിനൊരു പരിധിയുണ്ടല്ലോ. അയാളൊരു ക്രൂരമൃഗമായപ്പോഴാണ് ഞാനിറങ്ങി ഓടിയത്. നിരഞ്ജൻ ഓട്ടോ സ്റ്റാർഡിൽ ഉണ്ടാകുമെന്ന് വിശ്വസിച്ചു തന്നെയാണ് അങ്ങോട്ട് ഓടിയത്.

കമലാക്ഷി : ഓടുന്നത് വഴിയിൽ ആരും കണ്ടില്ലിയോ?

ഗായത്രി : ഇല്ല... ഇടവഴിയിലൂടെ നേരെ വന്നു കേറുന്നത് ഓട്ടോ സ്റ്റാൻഡിലേക്കാണ്. വഴിയിലെങ്ങും ആരുമില്ലായിരുന്നു.

ദിവാകരൻ : മോളേ... നീ ഇനി വെഷമിക്കണ്ട. നിന്റെ മാതാപിതാക്കളെ പോലെ ഞങ്ങളെ കണ്ടാ മതി. നീ വന്നപ്പോൾ തോന്നിയതെല്ലാം മാറി.

കമലാക്ഷി : *(ഗായത്രിയോട്)* ഗായത്രി ഞങ്ങടെ മോളാ.

ഗായത്രി : *(പതുക്കെ വന്ന് കമലാക്ഷിയുടെ കൈപിടിച്ചു കൊണ്ട്)* അമ്മേ....

(കമലാക്ഷി ഗായത്രിയെ മാറോടണയ്ക്കുന്നു. ദിവാകരൻ അതു കണ്ട് നിവൃതിയിലാവുന്നു)

ദിവാകരൻ : *(ഗായത്രിയോട്)* മോളേ, സാമ്പത്തിക മില്ലാത്തവരാണെങ്കിലും ഞങ്ങളുടെ ഉള്ളിൽ കലർപ്പൊന്നുമില്ല. പിന്നെ ഇത്തിരി ശുണ്ഠയും മുറുമുറുപ്പും എടുത്തു ചാട്ടവും ഉണ്ടെന്നേയുള്ളു. നിനക്ക് തണലായി ഞങ്ങളുണ്ട്.

(ദിവാകരൻ മുറിയിലേക്കു പോകുന്നു. കമലാക്ഷിയും ഗായത്രിയും മാത്രമാകുന്നു)

കമലാക്ഷി : മോളേ, ഞാനൊരു കാര്യം ചോദിക്കട്ടെ? ചോദിക്കുന്നതു കൊണ്ട് മറ്റൊന്നും വിചാരി ക്കുകയോ വെഷമിക്കുകയോ ചെയ്യരുത്.

ഗായത്രി : അമ്മയ്ക്ക് എന്തു വേണേലും ചോദിക്കാമ ല്ലോ.

കമലാക്ഷി : ആ ബന്ധുവിൽ നിന്ന് മോൾക്ക് അപകടം വല്ലതും പറ്റിയോ?

ഗായത്രി : *(ചിരിച്ചു കൊണ്ട്)* അത് ന്യായമായ കൗതു കമാണ്. പക്ഷേ, ഇല്ല. ആ അപകടത്തെ ചെറുക്കാനുള്ള ബുദ്ധിയും മനഃക്കരുത്തും എനിക്കുണ്ടായിരുന്നു. പെൺകുട്ടികൾക്ക് ആ കരുത്ത് ഉണ്ടായേ മതിയാകൂ. എന്നോ ടുള്ള അയാളുടെ പെരുമാറ്റം ആ വഴിക്കാ യിരുന്നു. അതിനു മുമ്പ് ഞാൻ നിരഞ്ജന്റെ അടുത്തേക്കോടി. ഇല്ലെങ്കി ഞാനവനെ തീർത്തേനെ. അല്ലെങ്കിൽ ആത്മഹത്യ. ഇതു രണ്ടും പരിഹാരമല്ലെന്ന് എനിക്ക് ഉത്തമ ബോധ്യമുണ്ട്. അതുണ്ടാകാതിരി ക്കാനാണ് രക്ഷപെടാമെന്നു കരുതിയത്.

കമലാക്ഷി : അതെന്തായാലും നന്നായി. എന്തെല്ലാം പ്രശ്നങ്ങൾ ഒഴിവായി കിട്ടി! മാത്രമല്ല, ഞങ്ങൾക്ക് ഒരു മോളേം കിട്ടിയല്ലോ. *(ശബ്ദം കുറച്ച്)* മോള് കേസ് കൊടുക്കാനോ വല്ലോം പോയോ?

ഗായത്രി : അത്രത്തോളം കാര്യമെത്തിയില്ല. അതിനായിട്ട് സമയം കളഞ്ഞില്ല. കേസു കൊടുത്തിട്ട് എന്തു സാധിക്കാനാ? ഇവിടെ എത്രയെത്ര സംഭവങ്ങൾ ഉണ്ടായിട്ടുണ്ട്! കേസുകൊണ്ട് വല്ല പ്രയോജനവുമുണ്ടോ? പ്രതികളെല്ലാം രക്ഷപെട്ടു പോകുന്നില്ലിയോ? അപമാനിക്കപ്പെടുന്ന പെണ്ണിന് അപമാനം മാത്രം മിച്ചം. പക്ഷേ, ആ നിലപാടുകളെ കൂടിയാണ് ഞാൻ ചെറുത്തത്.

കമലാക്ഷി : ഏതായാലും നിന്റെ ബുദ്ധി കൊണ്ട് സുരക്ഷിതയായി ഇവിടെയെത്തി.

(ദിവാകരൻ പ്രവേശിച്ച് കമലാക്ഷിയുടെ അടുത്തേക്ക് വരുന്നു)

ദിവാകരൻ : നിന്റെ കഴുത്തിൽ കിടക്കുന്ന മാലയൊന്ന് ഊരിയേ...

കമലാക്ഷി : എന്തിന്?

ദിവാകരൻ : പറയാം... നീ ഊരിയെടുക്ക്.

(കമലാക്ഷി മാല ഊരിയെടുക്കുന്നു)

ദിവാകരൻ : *(മാല ഉയർത്തി പിടിച്ചിട്ട്)* ഈ മാല ഒറിജിനൽ അല്ല. ഇമിറ്റേഷനാ. പക്ഷേ താലി ഒറിജിനൽ. നിന്നെക്കെട്ടിയ താലി ഒരത്യാവശ്യത്തിന് ഉപയോഗിക്കുന്നതിൽ തെറ്റില്ലല്ലോ?

കമലാക്ഷി : എനിക്കൊന്നും മനസ്സിലാകുന്നില്ല.

ദിവാകരൻ : മനസ്സിലായിക്കോളും.

(നിരഞ്ജൻ പ്രവേശിക്കുന്നു)

ദിവാകരൻ : *(നിരഞ്ജനോട്)* ങ്ഹാ.... നീയിങ്ങു വാ.

(നിരഞ്ജൻ അടുത്തു വരുന്നു)

ഈ പെൺകുട്ടി അഭയാർത്ഥി ആയിട്ടാണ് ഇവിടെ വന്നതെ ങ്കിലും നിനക്കിവളെ കെട്ടുന്നതിൽ ബുദ്ധിമുട്ടൊന്നുമില്ലല്ലോ?

(നിരഞ്ജൻ എന്തു പറയണമെന്നറിയാതെ നിൽക്കുന്നു)

ദിവാകരൻ : *(ഗായത്രിയോട്)* നിനക്കോ?

(ഗായത്രി തല കുനിച്ച് നിൽക്കുന്നു. കമലാക്ഷി സമ്മതമെന്ന മട്ടിൽ തലയാട്ടുന്നു)

ദിവാകരൻ : *(നിരഞ്ജന്റെ കൈയിൽ താലിമാല വച്ചു കൊടുത്തിട്ട്)* കെട്ടെടാ ഇവളെ.

(നിരഞ്ജൻ മടിച്ചു മടിച്ച് ഗായത്രിയുടെ കഴുത്തിൽ താലി കെട്ടുന്നു)

ദിവാകരൻ : *(സന്തോഷത്തോടെ)* കൊണ്ടു പോടാ ഇവളെ.

(നിരഞ്ജൻ മുറിയിലേക്കു നടക്കുന്നു. ഗായത്രി പിന്നാലെയും. ദിവാകരനും കമലാക്ഷിയും പരസ്പരം നോക്കി നിൽക്കുന്നു.)

... LIGHT OFF ...

രംഗം-5

(വീട്. ദിവാകരൻ മുറിയിൽ നിന്ന് തളത്തിലേക്കു വരുന്നു. രംഗമദ്ധ്യേ വരുമ്പോഴേക്കും നടുവെട്ടിപ്പിടിക്കുന്ന വേദനയോടെ ദിവാകരൻ കസേരയിൽ വന്ന് ഇരിക്കുന്നു. നടുവേദന അല്പം കുറയുമ്പോൾ കസേരയിൽ നിന്നെഴുന്നേറ്റ്, അക്ഷമനാണെന്നു കാണിക്കുന്ന തരത്തിൽ ചില പ്രവൃത്തികൾ ചെയ്യുന്നു. ടീപ്പോ പിടിച്ച് നേരെ ഇടുക, ഭിത്തിയിലെ പൊടി തുടയ്ക്കുക തുടങ്ങിയ പ്രവൃത്തികൾ. ക്ലോക്ക് തുടയ്ക്കുന്നതിനിടയിൽ അതിൽ നോക്കി സമയം അതിക്രമിച്ചു എന്ന മുഖഭാവം)

ദിവാകരൻ : *(അകത്തേക്കു നോക്കിയിട്ട്)* ഡാ ചെറുക്കാ ഒന്നിങ്ങോട്ട് എറങ്ങി വാടാ മോനേ.

OBV (അടുക്കളയിൽ പാത്രം തറയിൽ വീഴുന്ന ശബ്ദം)

ദിവാകരൻ : കമലാക്ഷീ...

OBV കമലാക്ഷി : എന്താ.. ?

ദിവാകരൻ : ഇപ്പോൾ ആ പാത്രം താഴെ വീണത് നിന്റെ കൈയിൽ നിന്നാണ്.

OBV കമലാക്ഷി : അത് ഇങ്ങള് കണ്ടോ?

ദിവാകരൻ : കാണണ്ട കാര്യമില്ല.

OBV കമലാക്ഷി : പിന്നെങ്ങനെ മനസ്സിലായി?

ദിവാകരൻ : വേറെ ആരെങ്കിലുമായിരുന്നെങ്കിൽ നീ അവരെ വഴക്കു പറഞ്ഞേനെ. *(അങ്ങോട്ടുമിങ്ങോട്ടും നടന്നുകൊണ്ട്)* നിരഞ്ജാ, നിന്നെയാ വിളിച്ചേ. സമയം ഒത്തിരിയായി. ഒരു കാര്യത്തിനു പോകുമ്പോ കൃത്യസമയത്ത് എറങ്ങണ്ടായോ?

OBV നിരഞ്ജൻ : അച്ഛനെന്തിനാ കെടന്ന് ബഹളം വെയ്ക്കുന്നേ? ഡ്രസ്സ് ഒന്ന് ഇട്ടോട്ടെ.

ദിവാകരൻ : ഓ... എന്റെ പൊന്നോ... ഇനി എപ്പഴാ ഡ്രസ്സിംഗ് കഴിയുന്നേ? അതെങ്ങനാ? രാവിലെ എണീക്കുന്ന പതിവില്ലല്ലോ. ആ തള്ളയ്ക്കോ ആ പെണ്ണിനോ അവനെ ഒന്ന് വിളിച്ച് എഴുന്നേൽപ്പിച്ചു കൂടായിരുന്നോ? രാവിലെ പോകണമെന്ന് അറി യാമായിരുന്നല്ലോ.

(നിരഞ്ജൻ മുറിയിൽ നിന്ന് തളത്തിലേക്ക് വേഗത്തിൽ പ്രവേശിക്കുന്നു. ഓട്ടോ ഡ്രൈവറുടെ വേഷം. പുറത്തേക്ക് പോകാനെന്ന പോലെ ഷർട്ടിന്റെ കൈ മടക്കി വച്ചു കൊണ്ടാണ് വരുന്നത്.)

നിരഞ്ജൻ : *(ഔപചാരികമായി)* അച്ഛൻ കെടന്ന് തുള്ളുന്നതെന്തിനാ? ഈ വെപ്രാളം കണ്ടാൽ തോന്നും ഞാനേതോ ഓഫീസ് ഡ്യൂട്ടിക്കു പോകുവാണെന്ന്. ഓട്ടോ സ്റ്റാൻഡിൽ ചെന്ന് ഹാജർ ബുക്കിൽ ഒപ്പിടേണ്ട കാര്യമൊന്നുമില്ല. ഏതെങ്കിലും യാത്രക്കാർ വരുന്നതുവരെ കാത്തു കിടക്കാനാ പോകുന്നത്.

ദിവാകരൻ : നീ കൃത്യസമയത്ത് ജോലിക്കു പോകണമെന്ന് വല്ലാത്തൊരു ആവേശം തോന്നിപ്പോയി. അങ്ങ് ക്ഷമിച്ചേരെ.

നിരഞ്ജൻ : അച്ഛൻ ഇനി ഉത്കണ്ഠപ്പെടേണ്ട കാര്യമില്ല. *(കളിയാക്കൽ)* ചുമ്മാതല്ല നാട്ടുകാര് ഉത്കണ്ഠൻ എന്നു വിളിക്കുന്നത്. നീലകണ്ഠൻ എന്നു വിളിക്കും പോലെ.

ദിവാകരൻ : അതിൽ നിനക്ക് പ്രശ്നമൊന്നുമില്ലല്ലോ.

നിരഞ്ജൻ : എനിക്കെന്തു പ്രശ്നം?

ദിവാകരൻ : *(ആത്മഗതം പോലെ)* ഒടുവിൽ ഓട്ടോ ഓടിച്ചായാലും ജീവിച്ചാൽ മതിയെന്നായി അല്ലേ?

നിരഞ്ജൻ : മറ്റുള്ളവരെ ആശ്രയിച്ച് എത്ര നാൾ ജീവിക്കാൻ പറ്റും?

ദിവാകരൻ : സിവിൽ എഞ്ചിനിയറിംഗ് പാസ്സായി പി.എസ്സ്.സി. ടെസ്റ്റ് എന്നു പറഞ്ഞ് മുറിയ്ക്കകത്ത് കേറിയിരുന്ന് പഠിത്തം തുടങ്ങിയിട്ട് എത്ര കാലമായി? അന്നേ എന്തെങ്കിലും പണിക്കു പോയിരുന്നെങ്കിലോ? ഒടുവിൽ ജോലിക്കിറങ്ങി. ഇപ്പോൾ തോളിൽ ഉത്തരവാദിത്തവും കേറി. ഇനി മടിയില്ലാതെ പണിക്കു പോണം. അത്രേ ഞാനുദ്ദേശിച്ചുള്ളു.

നിരഞ്ജൻ : അച്ഛൻ പറയാൻ തുടങ്ങിയാൽ ഒരു നിർത്തുമില്ല. സമയം കളയാതെ എന്നെയങ്ങ് വിട്ടേക്കണേ.

ദിവാകരൻ : എടാ എനിക്കു പറയാനുള്ളതു കൊണ്ടാ. കേൾക്കാൻ താല്പര്യമില്ലാത്തവർ എസ്ക്കേപ്പ് ആകണം. ഏതായാലും നിന്റെ വൈറ്റ്കോളർ ജോലി എന്ന സങ്കല്പം മാറിയല്ലോ. അതു കാര്യമായി.

നിരഞ്ജൻ : ഇത്രയും നാൾ മുറിയടച്ചിരുന്ന് പ്രിപ്പയർ ചെയ്തത് ഒരു സർക്കാർ ജോലി പ്രതീക്ഷിച്ചാണ്.

ദിവാകരൻ : ശരി തന്നെ. പ്രതീക്ഷയോടെ കാത്തിരിക്കുന്ന ജീവിതത്തിന് ഒരു പ്രത്യേക സൗന്ദര്യമുണ്ട്. നിരഞ്ജാ, കമലാക്ഷി, അതായത് നിന്റെ അമ്മ, അവളെ ഞാൻ വിളിച്ചോണ്ടു വന്ന് ജീവിക്കാൻ തുടങ്ങിയപ്പോഴല്ലേ മനസ്സിലായത് ജീവിതം അത്ര എളുപ്പമല്ലെന്ന്. ഞാനങ്ങ് കൂലിപ്പണിക്കിറങ്ങി. പക്ഷേ മിച്ചം വയ്ക്കാനൊന്നും പറ്റിയില്ല. ഞാൻ പറഞ്ഞു വരുന്നത് ഒരു സാഹചര്യം വരുമ്പോൾ അതിനനുസരിച്ച് നീങ്ങണമെന്നാ.

നിരഞ്ജൻ : *(അസഹിഷ്ണുത)* അച്ഛനിത് എത്ര തവണയാ പറഞ്ഞിട്ടുള്ളത്? പഴങ്കഥ കേട്ട് മടുത്തു.

ദിവാകരൻ : ഇടയ്ക്കിടയ്ക്ക് ഇതൊക്കെ പറയുന്നത് ഒരു സുഖമാണെടാ. ഈ തൊഴിലില്ലായ്മ ഒരു പഴക്കം ചെന്ന പ്രശ്നമാണ്. പണ്ടൊക്കെ വളരെ കുറച്ചുപേരെ പേർഷ്യയിൽ പോയിട്ടുള്ളു. ഇക്കാലത്ത് അങ്ങനെയാണോ? കേരളത്തിൽ ധാരാളം തൊഴിലവസരങ്ങളുണ്ടെന്ന് കണ്ടുപിടിച്ചത് ബംഗാളികളാണ്.

നിരഞ്ജൻ : ബംഗാളികൾ ഇവിടെ പണി ചെയ്യണമെങ്കിൽ ഗൾഫിൽ നിന്ന് പണം വരണം.

ദിവാകരൻ : ഇക്കാലത്താണേൽ ഇവിടെ ധാരാളം പണിയുണ്ട്. ചെറുപ്പക്കാർക്ക് അതൊന്നും ചെയ്യാൻ വയ്യ. എല്ലാരും ഗൾഫിനു വച്ചുപിടിക്കുവാ.

നിരഞ്ജൻ : ഓരോരോ പ്രശ്നങ്ങളും ബാധ്യതകളുമായിട്ടാണ് എല്ലാരും ഗൾഫിൽ പോകുന്നത്.

ദിവാകരൻ : നിനക്കൊരു സർക്കാർ പണി കിട്ടണമെന്ന് എനിക്കാഗ്രഹമില്ലാഞ്ഞിട്ടല്ല. വിചാരിക്കുമ്പോൾ ജോലി കിട്ടാൻ നമ്മൾ ജോലി തരുന്നവരുടെ ബന്ധുക്കളല്ലല്ലോ. പുറം വാതിലിൽ മുട്ടാൻ പണവുമില്ല.

നിരഞ്ജൻ : അച്ഛനിവിടെ പറഞ്ഞോണ്ടിരിക്ക്.

(നിരഞ്ജൻ ക്ലോക്കിൽ നോക്കിയിട്ട് പുറത്തേക്കു പോകുന്നു. ദിവാകരൻ മുറിയിലേക്കു പോകാനൊരുങ്ങുമ്പോൾ സംസാരം കേട്ടു കൊണ്ട് തിരിഞ്ഞു നോക്കുന്നു. മുപ്പത്തി അഞ്ചു വയസ്സു തോന്നിക്കുന്ന വസ്തു ബ്രോക്കർ ഫോണിൽ സംസാരിച്ചുകൊണ്ടു തളത്തിലേക്കു വരുന്നു. പാന്റ്സും ഷർട്ടുമാണു വേഷം)

ബ്രോക്കർ : *(ഫോണിൽ)* വീട് കണ്ടു പിടിച്ചു.

(കസേരയിലിരിക്കുന്ന ദിവാകരനെ ശ്രദ്ധിക്കാതെ ബ്രോക്കർ അങ്ങോട്ടുമിങ്ങോട്ടും നടന്നു കൊണ്ട് വീടും പരിസരവും നോക്കുന്നു. തളത്തിലുള്ള സാമഗ്രികൾ എടുത്ത് തിരിച്ചും മറിച്ചും നോക്കുന്നു. ദിവാകരൻ ബ്രോക്കറുടെ പിന്നാലെ നടന്ന് അവന്റെ ഉദ്ദേശമെ

ന്തെന്ന് തമാശ പോലെ നിരീക്ഷിക്കുന്നു. ബ്രോക്കറുടെ പ്രവൃത്തിക ളെല്ലാം ഫോണിൽ സംസാരിച്ചുകൊണ്ടാണ്)

ബ്രോക്കർ : *(നടന്നു വന്ന് കസേരയിൽ ഒരു കാൽ പൊക്കി ചവുട്ടി നിന്നിട്ട്)* നിങ്ങൾ പറഞ്ഞ പോലെ വീടത്ര മെച്ചമൊന്നുമല്ല. *(ടീപ്പോയിൽ കാൽ ചവുട്ടി നിന്നിട്ട്)* ഇത്തിരി വല്യ പാർട്ടിയെ വിളിച്ചു കാണിച്ചാൽ അവർക്കിത് ഇഷ്ടപ്പെടത്തില്ല. *(കട്ടിള പ്പടിയിൽ ചവുട്ടി നിന്നുകൊണ്ട്)* നമുക്ക് പറ്റിയ ഒരു പാർട്ടി വീണു കിട്ടിയാൽ ഇന്നുതന്നെ കച്ചവടമാക്കാം.

(ബ്രോക്കർ മുറിയിലേക്കു കയറി പോകുന്നു. അയാൾ പോയ വഴിയേ നോക്കിയിട്ട് ദിവാകരൻ നിസ്സഹായനായി കസേരയിൽ ഇരി ക്കുന്നു. ബ്രോക്കർ ഇറങ്ങി വരുന്നത് കാത്തിരിക്കുന്ന മുഖഭാവം. അല്പനേരം കഴിഞ്ഞ് അയാൾ ഇറങ്ങിവരുന്നു. അപ്പോഴും അയാൾ ഫോണിലാണ്. ദിവാകരൻ കസേരയിൽ നിന്ന് എഴുന്നേൽക്കുന്നു. ദൂരേക്കു നോക്കി സംസാരിച്ചു കൊണ്ടുവരുന്ന ബ്രോക്കറുടെ അടു ത്തേക്ക് ചെന്ന് സംസാരിക്കാൻ ഒരുങ്ങുമ്പോൾ ബ്രോക്കർ ദിവാകര നുമായി കൂട്ടിയിടിക്കുന്നു. ബ്രോക്കറുടെ ഫോൺ സംസാരം തുടരുന്ന തിനാൽ ദിവാകരന് ഒന്നും സംസാരിക്കാൻ പറ്റുന്നില്ല)

ബ്രോക്കർ : *(ഫോണിൽ)* വീടിനും പറമ്പിനും കൂടി എന്തു വിലയാണ് നിങ്ങൾ ഉദ്ദേശിക്കുന്നത്?

(ബ്രോക്കർ കസേരയിൽ വന്നിരിക്കുന്നു)

ബ്രോക്കർ : *(മറുതലയ്ക്കൽ നിന്നുള്ള സംസാരത്തിന്റെ മറുപടിയായി)* മുപ്പത്തിരണ്ടു ലക്ഷം രൂപ യ്ക്കുള്ള മൊതലൊന്നുമില്ല. ഒരു പാർട്ടിയു മായി ഞാനൊന്ന് മുട്ടിനോക്കട്ടെ. അവര് വീഴുകയാണെങ്കിൽ നമുക്ക് സൈസാക്കാം. പിന്നെ... എന്റെ കമ്മീഷൻ എത്ര പെർസന്റ് ആണെന്നറിയാമല്ലോ. ഇല്ലില്ല, ഒരു രൂപ പോലും കുറയത്തില്ല. ഒരു മിനിട്ട്..

(ടീപ്പോയുടെ മേൽ കിടക്കുന്ന ബുക്കും പേനയും എടുത്ത് കണക്ക് എഴുതിയിട്ട് ദേഷ്യത്തോടെ)

ഒരു രൂപ പോലും കുറയ്ക്കാൻ പറ്റില്ലെന്ന ല്ലേ പറഞ്ഞത്? *(ആത്മഗതം)* ചുളുവിന് കാര്യം കാണാൻ നടക്കുന്നു.

(ബുക്കും പേനയും ടീപ്പോയുടെ മുകളിലേക്കു വലിച്ചെറിയുന്നു. ഫോണിൽ സംസാരിച്ചു കൊണ്ടുതന്നെ അവിടം വിട്ടു പോകാനൊരുങ്ങുമ്പോൾ ദിവാകരൻ പിന്നാലെ ചെന്ന് ബ്രോക്കറെ തട്ടി വിളിക്കുന്നു. അയാൾ തിരിഞ്ഞു നോക്കുന്നു)

ദിവാകരൻ : *(എന്തോ മനസ്സിലായതു പോലെ)* കുറച്ചു നേരമായി തന്റെ അഭ്യാസം ഞാൻ കാണുന്നു. വസ്തു ബ്രോക്കറാണല്ലേ? ഈ വീട്ടിൽ താമസിക്കുന്നവരെ ഉൾപ്പെടെ വാങ്ങാനുള്ള പരിപാടിയാണോ?

(ബ്രോക്കർ തലകുലുക്കി സമ്മതിക്കുന്നു)

ദിവാകരൻ : *(അമർഷം)* ഞങ്ങളിവിടെ വാടകയ്ക്കാണെങ്കിലും ഒരു കുടുംബമാണ് താമസിക്കുന്നത്. ആ വിചാരം തനിക്ക് വേണം. ഒരു വീട്ടിലേക്കു വന്നു കേറുമ്പോൾ അല്പം മര്യാദയൊക്കെ വേണ്ടേ?

ബ്രോക്കർ : അതിനു ഞാനെന്തു ചെയ്തെന്നാ? വിൽക്കാനിട്ടിരിക്കുന്ന വീട് പോയി നോക്കാൻ വീടിന്റെ ഉടമസ്ഥൻ പറഞ്ഞു. ഞാനത്രേ ചെയ്തുള്ളു.

ദിവാകരൻ : അപ്പോൾ വാടകവീട്ടിൽ എനിക്ക് കാര്യമൊന്നുമില്ല അല്ലേ?

ബ്രോക്കർ : ശ്ശെടാ. ഇതു വല്യ ശല്യമായല്ലോ.

(ബ്രോക്കർ ദിവാകരനെ രൂക്ഷമായി ഒന്നു നോക്കിയിട്ട് മൊബൈലിൽ നോക്കിക്കൊണ്ട് പുറത്തേക്കു പോകുന്നു. ദിവാകരൻ വന്ന് കസേരയിൽ ഇരിക്കുന്നു)

ദിവാകരൻ : *(വാതിലിലേക്കു നോക്കിക്കൊണ്ട്)* ഡേയ്, കമലാക്ഷീ...

(കമലാക്ഷി വിളി കേൾക്കാത്തപ്പോൾ കസേരയിൽ അടിച്ചു കൊണ്ട് അല്പം ദേഷ്യത്തിൽ)

ഡേയ്, നിന്നെയാ വിളിച്ചേ.

(കമലാക്ഷി പെട്ടെന്നു വരാനുള്ള തന്ത്രമെന്നോണം സ്നേഹസ്വരത്തിൽ)

കമലേ, ഒന്നിങ്ങു വാടീ.

OBV (അകത്ത് പാത്രങ്ങൾ കൂട്ടിമുട്ടുന്ന ശബ്ദം. ദിവാകരൻ വിളിച്ചിടത്തേക്കു വരാൻ വേണ്ടി വേഗത്തിൽ പാത്രം അടുക്കി വയ്ക്കുന്ന ശബ്ദത്തോടൊപ്പം)

OBV കമലാക്ഷി : കഴുകിയ പാത്രങ്ങളെല്ലാം അടുക്കി വക്കുന്നതു വരെ ഒന്നു തഞ്ചം കൊട്.

ദിവാകരൻ : *(ആത്മഗതം)* അല്ലേലും വിളിച്ചാൽ പെട്ടെന്നു വരുന്ന സൊഭാവം നിനക്കില്ലല്ലോ.

(പറഞ്ഞു തീരുന്നതിനു മുമ്പ് കമലാക്ഷി വരുന്നു. സാരിത്തുമ്പു കൊണ്ട് കൈ തുടച്ചാണു വരുന്നത്)

കമലാക്ഷി : *(സഹജമായ പ്രതിഷേധ സ്വരത്തിൽ)* പത്തിരുപത്തഞ്ച് കൊല്ലം കൊണ്ട് ഇങ്ങൾക്കറിയാല്ലോ എന്റെ സൊഭാവത്തിന് ഇങ്ങനൊരു കൊഴപ്പമുണ്ടെന്ന്. പൊരയ്ക്കകത്ത് എടുപ്പത് പണി കെടക്കുമ്പം ഇങ്ങള് വിളിച്ചാൽ സ്വിച്ചിട്ട പോലെ ഓടി വരാൻ പറ്റുവോ?

ദിവാകരൻ : *(തൊഴുതു കൊണ്ട് നർമ്മത്തിൽ)* എന്റെ പൊന്നോ! പത്തിരുപത്തഞ്ച് കൊല്ലത്തിനു മേലായി നിന്നെ ഞാൻ സഹിക്കുന്നില്ലിയോ? ഞാനായതു കൊണ്ടു മാത്രം!

കമലാക്ഷി : അതു പിന്നെ അയലത്തുകാർക്ക് വന്ന് സഹിക്കാൻ പറ്റുവോ?

ദിവാകരൻ : നമ്മുടെ ബന്ധങ്ങളെല്ലാം തുടങ്ങുന്നത് 'അ' യിലാണ്. അമ്മ, അച്ഛൻ, അമ്മുമ്മ, അപ്പൂപ്പൻ, അനിയൻ, അനുജത്തി, അളിയൻ, അമ്മാവൻ, അമ്മായി, അമ്മായിയമ്മ, അമ്മായി അച്ഛൻ, അനന്തിരവൻ... ഇവരെയൊക്കെ വിളിച്ചാൽ വിളി കേൾക്കും.

വേണ്ടി വന്നാൽ ഓടി വരുകയും ചെയ്യും. ഇനി ഒരു ബന്ധം കൂടിയുണ്ട്, 'അയ്യോ' എന്ന ബന്ധം. അയ്യോ! എന്നു വിളിക്കുമ്പോൾ ഓടി വരുന്നത് അയൽക്കാരായിരിക്കും. നിന്നെക്കൊണ്ട് ഞാൻ അയ്യോ എന്നു വിളിപ്പിച്ചിട്ടുണ്ടോ? അതായത് ഗാർഹിക പീഡനം?

കമലാക്ഷി : *(മൂക്കത്തു വിരൽ വച്ചു കൊണ്ട്)* ഇതു പറയാനാണോ ഹിമാലയ പർവ്വതം കേറിയെറങ്ങി വന്നത്?

ദിവാകരൻ : *(പൊടുന്നനെ അസ്വസ്ഥനായിക്കൊണ്ട്)* ഇപ്പോൾ ഒരുത്തൻ അങ്ങോട്ട് കേറി വന്നത് നീ കണ്ടോ?

കമലാക്ഷി : കണ്ടു.

ദിവാകരൻ : എന്നിട്ടെന്തു തോന്നി?

കമലാക്ഷി : *(നിസ്സാരമായി)* എന്തു തോന്നാൻ? അയാൾ മുറിയെല്ലാം കേറി നോക്കീട്ടു പോയി. അത്ര തന്നെ. വീടിന്റെ ഉടമസ്ഥൻ വിൽക്കാനിട്ടിരിക്കുന്നതല്ലേ?

ദിവാകരൻ : *(ന്യായീകരണം)* വാടക വീടാണെങ്കിലും ഞാൻ ഗൃഹനാഥനല്ലിയോ കമലാക്ഷീ? ഞാനിവിടെ ഉള്ളപ്പോൾ ഒന്നു ചോദിച്ചിട്ടല്ലേ മുറിയിലേക്ക് കേറേണ്ടത്? എന്നോടൊന്നു പറഞ്ഞിരുന്നെങ്കിൽ ഞാൻ മുറി കാണിച്ചു കൊടുക്കുമായിരുന്നല്ലോ.

കമലാക്ഷി : *(അന്യതാ ബോധം)* വാടകക്കാരന് വാടക വീട്ടിൽ എന്തവകാശം? അല്ലെങ്കിൽ ഈ ബ്രാക്കർമാക്ക് വകതിരിവുണ്ടാകണം.

ദിവാകരൻ : *(നിസ്സഹായത)* നമ്മളിവിടെ വാടകയ്ക്കാണെങ്കിലും ഒരു കുടുംബമാണ് താമസിക്കുന്നത് എന്നൊരു ബോധം അവനു വേണ്ടായോ?

കമലാക്ഷി : അല്ലേലും ഈ വസ്തു കച്ചവടക്കാർക്ക് അങ്ങനെയുള്ള മര്യാദ ഒന്നുമില്ല.

ദിവാകരൻ : സ്വന്തമായി വീടില്ലാത്തവന്റെ ഒരു ഗതികേട്!

കമലാക്ഷി : *(ആശ്വസിപ്പിക്കുന്നു)* അത് വിട്. നമ്മളീ വാടക വീട്ടീന്ന് മാറുമ്പോൾ ആ പ്രശ്നം തീരും.

ദിവാകരൻ : അപ്പോൾ ഈ പ്രശ്നം തീരാൻ പോകുന്നില്ല എന്നർത്ഥം.

കമലാക്ഷി : *(വിഷയം മാറ്റിക്കൊണ്ട്)* ഇത്രേം അലറി വിളിച്ചത് ബ്രോക്കറുടെ നുഴഞ്ഞു കയറ്റം പറയാനായിരുന്നോ?

ദിവാകരൻ : *(കസേരയിൽ നിന്ന് എഴുന്നേറ്റിട്ട് കമലാക്ഷിയുടെ അടുത്തേക്ക് ചെന്ന് കണ്ഠമിടറിക്കൊണ്ട്)* മനസ്സും ശരീരവും നോവുമ്പോഴെല്ലാം നിന്നെ അറിയാതെ വിളിച്ചു പോകുന്നതാ കമലാക്ഷീ.

കമലാക്ഷി : *(മനസ്സലിവോടെ)* അതെനിക്കറിയാം. ഇന്നല്ല, ഇക്കാലമത്രയും. കാലിൽ ഒരു മുള്ളു കൊണ്ടാലും ഇങ്ങൾക്ക് എന്നെ ഒന്നു വിളിച്ചേ പറ്റൂ. സാധാരണയായി എല്ലാവരും ദൈവമേ! എന്നാണ് വിളിക്കുന്നത്. ഇങ്ങള് എന്നെയാ വിളിക്കുന്നത്. ഇങ്ങടെ മനസ്സ് എനിക്കറിയാം. *(അടുത്തുവന്നിട്ട്)* സ്വന്തമായി വീടില്ലാത്തതിന്റെ വെഷമമുണ്ട്. നിരഞ്ജന് ജോലി കിട്ടാത്തതിന്റെ വെഷമമുണ്ട്. ജീവിതം മുന്നോട്ടു കൊണ്ടു പോകുന്നത് എങ്ങനെയെന്ന് ഉത്കണ്ഠയുണ്ട്. അല്ലേ? സാരമില്ല, എല്ലാം ശരിയാകും.

ദിവാകരൻ : *(പെട്ടെന്ന് നർമ്മത്തിൽ)* നീ പൊള്ളയായ ക്യാപ്ഷൻ പറഞ്ഞ് കൊതിപ്പിക്കാതെ.

കമലാക്ഷി : *(അതു ശ്രദ്ധിക്കാതെ)* പിന്നെ... ഇങ്ങളോട് ഞാൻ ഒച്ചവെച്ച് സംസാരിക്കുന്നത് വെറുതെ ശുണ്ഠി പിടിപ്പിക്കാനാ. ഇങ്ങടെ കോപവും ഏനക്കേടും കണ്ടൊന്ന് രസിക്കാൻ.

ദിവാകരൻ : *(ആശ്വാസത്തോടെ)* നിന്നെ എനിക്കറി ഞ്ഞുകൂടായോ?

കമലാക്ഷി : *(പെട്ടെന്ന് ശബ്ദം മാറ്റി ഒച്ചയോടെ)* എന്തോന്ന്?

ദിവാകരൻ : *(ചെവി പൊത്തിക്കൊണ്ട്)* നീ വെരട്ടാതെടീ. *(അത്യധികം സ്നേഹത്തോടെ അടുത്തു ചെന്നിട്ട്)* നീയൊരു പാവമാണെന്ന്. നിന്റെ ഒച്ചയില്ലെങ്കിൽ ഈ വീട്ടിൽ എന്തുവാ കമലാക്ഷീ ഒരു രസം?

(കമലാക്ഷിയുടെ മുഖം ആർദ്രമാകുന്നു)

കമലാക്ഷി : *(സ്നേഹവും സന്തോഷവും നിറച്ച് ഒച്ചയിൽ)* കാടെളക്കി എന്നെ വിളിച്ചതെ ന്തിനാ?

ദിവാകരൻ : നീ കാടെളക്കാതെ ഒന്നു ഒതുക്കി പറയെന്റെ കമലാക്ഷീ.

(ദിവാകരന്റെ മുഖത്ത് നടുവേദന പ്രകടമാകുന്നു)

ദിവാകരൻ : ഇടയ്ക്കിടയ്ക്ക് നടുവേദന ഇല്ലായിരുന്നെ ങ്കിൽ ഞാനങ്ങു പണിക്കു പോയേനെ. നിനക്കറിയാമല്ലോ ഞാനെപ്പോഴെങ്കിലും വെറുതെ ഇരുന്നിട്ടുണ്ടോ?

കമലാക്ഷി : *(സഹതാപത്തിൽ)* ഇത്രേം കാലം നാട്ടുപണി ചെയ്തതല്ലിയോ? വേദന കാണും. വാ, വെള്ളം തെളപ്പിച്ച് ചൂടുവെച്ചു തരാം.

ദിവാകരൻ : ഇപ്പം വേണ്ട. വേണോങ്കി പറയാം. ഓപ്പറേ ഷൻ ചെയ്തിട്ടും ഇടയ്ക്കിടയ്ക്ക് വേദന

വരുന്നത് വല്ലാതെ ബുദ്ധിമുട്ടിക്കുന്നു. കാശെത്ര ചെലവായതാ. ആ കടമൊക്കെ എന്നു വീട്ടും? *(നെടുവീർപ്പോടെ)* ആരോഗ്യ മുള്ള കാലത്ത് പണിയെടുത്തതിന്റെ വേദന ഇന്നാണറിയുന്നത്.

കമലാക്ഷി : *(കളിയാക്കൽ)* അന്ന് വാറ്റുചാരായമടിക്കു മ്പോൾ വേദന അറിഞ്ഞില്ല.

ദിവാകരൻ : ഡീ, അന്ന് ചാരായമടി കൂടിവന്നപ്പോൾ അങ്ങ് നിർത്തിയാലെന്താന്ന് വിചാരിച്ച പ്പോഴാണ് വഴിയിൽ കിടന്ന് ഒരു നോട്ടീസ് കിട്ടിയത്. എടുത്തു നോക്കിപ്പം എന്തുവാ? 'നിങ്ങൾ ഒരു മദ്യപാനിയാണോ? എങ്കിൽ താഴെ കാണുന്ന നമ്പരിൽ വിളിക്കുക, ഞങ്ങൾ സഹായിക്കാം.' അതു കണ്ടപ്പോൾ മദ്യപാനം നിർത്തിക്കളയാം എന്നങ്ങ് തീർത്തും തീരുമാനിച്ചു. ഞാൻ ബൂത്തിൽ ചെന്ന് ആ നമ്പരിൽ വിളിച്ച് സഹായം ചോദിച്ചു. മറുപടി ഇങ്ങനായിരുന്നു. നമസ്ക്കാരം സാർ, അനുഗ്രഹാ ബാറാണ്. താങ്കൾക്ക് മദ്യം വീട്ടിലെത്തിച്ചു തരാം.

കമലാക്ഷി : അപ്പോൾ അതായിരുന്നോ സഹായം.

ദിവാകരൻ : *(ജാള്യതയോടെ)* അന്ന് ഇത്തിരി അടി ക്കുമായിരുന്നു. പണിയെടുക്കാനുള്ള ഒരു ത്സാഹത്തിന്. അതിന്റെ പേരിൽ ഒരിക്ക ലെങ്കിലും നിന്നെ ഞാൻ ബുദ്ധിമുട്ടിച്ചി ട്ടുണ്ടോ?

കമലാക്ഷി : ഇല്ല, പക്ഷേ, കുടിക്കുമ്പോഴുള്ള കരച്ചിലും പറച്ചിലും... അതൊക്കെ കാണുമ്പോൾ എനിക്ക് ചിരിയാ വന്നിട്ടു ള്ളത്. കുടിച്ചിട്ടു വരുമ്പോൾ കുടിച്ചില്ലെ ന്ന് കാണിക്കാൻ എന്തൊരു അഭിനയമാ യിരുന്നു? മോഹൻലാലും തോറ്റു പോകും. കള്ള് കുടിക്കാതെ കള്ള് കുടിയനായി

മോഹൻലാൽ അഭിനയിക്കുമ്പോൾ എത്ര ഒറിജിനാലിറ്റിയാ?

ദിവാകരൻ : എടീ കള്ള് കുടിച്ചിട്ട് കള്ള് കുടിച്ചില്ല എന്ന് അഭിനയിക്കാനാണ് ബുദ്ധിമുട്ട്. അതുകൊണ്ട് ഒറിജിനാലിറ്റി കുറയും.

(കമലാക്ഷി ഓർത്തോർത്ത് ചിരിക്കുന്നു)

കമലാക്ഷി : അന്നൊക്കെ ഞാനങ്ങ് സഹിച്ചെന്നേയുള്ളു. പലരും പറഞ്ഞു കേട്ടിട്ടുണ്ട്, കള്ളുകുടിച്ച് പറമ്പിൽ കെളച്ചു കൊണ്ടു നിൽക്കുമ്പോ മൺവെട്ടി തെറിച്ച് അടുത്തുള്ള തോട്ടിൽ വീണ കാര്യം. *(അടുത്തു വന്നിട്ട്)* ഓ... എന്നിട്ടും... ഇങ്ങളെന്നെ വിളിച്ച കാര്യം പറഞ്ഞില്ല. എനിക്ക് അടുക്കളേൽ പോയി കഞ്ഞി വെക്കണം.

ദിവാകരൻ : ഓ! നിന്നെ വിളിക്കുന്നതിന് പ്രത്യേകിച്ചു കാരണം വല്ലതും വേണോ?

കമലാക്ഷി : *(ദിവാകരൻ കാര്യം പറയാത്തതിന്റെ അസ്വസ്ഥതയോടെ)* ഇങ്ങള് എന്താണെന്നു വെച്ചാ പറ.

ദിവാകരൻ : മനസ്സിലോട്ട് വെഷമം കേറി വരുമ്പോൾ നിന്നെയൊന്നു വിളിച്ചാൽ ആശ്വാസം കിട്ടും.

കമലാക്ഷി : ഓരോന്ന് ഓർത്തിട്ട് ഇങ്ങള് മാത്രം വെഷമിക്കണ്ട. ഇങ്ങൾക്കൊപ്പം വെഷമിക്കാൻ ഞാനുണ്ടല്ലോ. വെറും കൈയോടെ ഇങ്ങളോടൊപ്പം ഇറങ്ങി വന്നത് ഇങ്ങടെ സ്നേഹം അറിഞ്ഞതുകൊണ്ടാണ്. എത്ര കഷ്ടപ്പാടിലും ഇന്നേവരെ ഇങ്ങള് എനിക്കുള്ള സ്നേഹം കുറച്ചിട്ടില്ല. ഇങ്ങള് വെഷമിച്ചാൽ എന്റെ ഉള്ള് പെടയ്ക്കും.

(രണ്ടു പേരും വിതുമ്പുന്നു. കമലാക്ഷിയുടെ ആശ്വാസവാക്ക് കേട്ടപ്പോൾ ദിവാകരന്റെ മുഖം പ്രസന്നമാകുന്നു)

കമലാക്ഷി : പണ്ടത്തെ ആ പട്ടിണിപ്പാട്ടൊന്നു പാടിയേ. ഒരു സന്തോഷം വരട്ടെ.

ദിവാകരൻ : *(മടിച്ചു കൊണ്ട്)* വേണ്ടെടി, ഇപ്പോൾ അതിനൊന്നും താല്പര്യം തോന്നുന്നില്ല.

കമലാക്ഷി : *(പ്രോത്സാഹിപ്പിക്കുന്നു)* എന്തും വരട്ടെ പാടിക്കോ.

(ദിവാകരൻ പാടാൻ തുടങ്ങുന്നു, കമലാക്ഷി കൈ കൊണ്ട് താളമടിച്ച് പാട്ട് ആസ്വദിക്കുന്നു. രണ്ടു പേരും പഴയകാലം ഓർക്കുന്നു. പാട്ട് തീരാരായപ്പോഴേക്കും ഗായത്രി വാതിലിൽ വന്നു നിന്ന് പാട്ട് കേൾക്കുന്നു. ദിവാകരനും കമലാക്ഷിയും ഗായത്രിയെ കാണുന്നില്ല. പാടി ഒന്നു തിരിഞ്ഞു വന്ന് നോക്കിയപ്പോൾ ഗായത്രിയെ കണ്ട് ദിവാകരൻ വിളറുകയും പാട്ട് മുറിഞ്ഞുപോവുകയും ചെയ്യുന്നു. വിളറിപ്പോയ ദിവാകരനെ കണ്ട് ഗായത്രി ചിരിക്കുന്നു. ദിവാകരൻ കസേരയിൽ കുനിഞ്ഞിരിക്കുന്നു. ഗായത്രി അടുത്ത് ചെന്ന് രണ്ടു തോളിലും കൈ പിടിക്കുമ്പോൾ ദിവാകരൻ ശിരസ്സുയർത്തി നോക്കുന്നു)

ദിവാകരൻ : *(ജാള്യതയോടെ)* ബോറായോ മോളേ?

ഗായത്രി : ഏയ്. ഗംഭീരമായിരുന്നു.

കമലാക്ഷി : *(ഗായത്രിയോട് ജാള്യത പോലെ)* ഉത്കണ്ഠ മാറ്റാൻ ഒന്നു പാടാൻ പറഞ്ഞപ്പോഴേക്കും അങ്ങു തൊടങ്ങി. എന്തൊരു കാര്യമുണ്ടായാലും ഇദ്ദേഹത്തിന് ആവലാതിയും വേവലാതിയും ഉത്കണ്ഠയും ജിജ്ഞാസയും പിന്നെ എന്തെങ്കിലും ഉണ്ടെങ്കി അതും. പണ്ടേ ഈ മനുഷ്യൻ ഇങ്ങനെയാ. *(വീടിന്റെ പുറകിലേക്ക് ചൂണ്ടിക്കാണിച്ചിട്ട്)* പണ്ടൊരു ദിവസം അപ്പുറത്ത് പറമ്പിലെ തെങ്ങിൽ കയറി തേങ്ങായിടാൻ ഒരാളു വന്നു. അയാൾ തെങ്ങിൽ കേറി മേലോട്ടു പോകുന്നത് ഇദ്ദേഹം നോക്കിക്കൊണ്ടു നിക്കുവാ. തെങ്ങിൽ നിന്ന് അയാൾ ഇറങ്ങി വരുന്നതുവരെ ഇദ്ദേഹം അങ്ങോട്ടുമിങ്ങോട്ടും നടന്ന് വെപ്രാളപ്പെടുവാ. ഞാൻ കാര്യം ചോദിച്ചപ്പോൾ

പറയുവാ, തെങ്ങിൽ കേറുന്നതിനിടയിൽ അയാളുടെ കൈയൊന്നു വിട്ടു പോയാൽ എന്തു ചെയ്യുമെന്ന്.

(ഗായത്രി ഇതു കേട്ട് കൊച്ചു കുട്ടികളെ നോക്കുന്നതു പോലെ ദിവാകരനെ നോക്കി ചിരിക്കുന്നു)

ദിവാകരൻ : *(കമലാക്ഷി കളിയാക്കിയതും ഗായത്രി ചിരിച്ചതും ഇഷ്ടപ്പെടാത്ത പോലെ കമലാക്ഷിയോട്)* മതി മതി, മനുഷ്യനെ പരിഹസിക്കുന്നതിന് ഒരതിരുണ്ട്. *(ഗായത്രിയോട്)* അവസരം കിട്ടിയാ മൊതലാക്കാൻ ഇവൾ മിടുക്കിയാ.

ഗായത്രി : *(ഇടപെട്ടുകൊണ്ട്)* അതു വിട്. ഇനി ഇതിന്റെ പേരിലൊരു പ്രശ്നം വേണ്ട. രണ്ടു പേരും ഒന്നു പിരിഞ്ഞു പോയേ.

(എല്ലാവരും മുറിയിലേക്കു പോകുന്നു)

... LIGHT OFF ...

രംഗം - 6

(വീട്. ഗായത്രി പുസ്തകം വായിച്ചു കൊണ്ടിരിക്കുന്നു. ദിവാകരൻ തളത്തിലേക്ക് പ്രവേശിക്കുന്നു)

ദിവാകരൻ : *(നർമ്മം)* നിരഞ്ജൻ ഇതു പോലെ ഒരു കനത്ത പൊത്തകോമായി മുറിയിൽ തപസ്സിരുന്നതാ... പിഎസ്സിക്ക് പഠിക്കാൻ. അതിന്റെ റിസൾട്ട് എന്നു പറയുന്നത്... നാലഞ്ചു വയസ്സിന്റെ പുരോഗതി ഉണ്ടായി. മടി ബോണസ്സായി കിട്ടുകയും ചെയ്തു.

ഗായത്രി : നമ്മൾ ശ്രമിച്ചു നോക്കണം. എങ്കിലല്ലേ പ്രതീക്ഷിക്കാനെങ്കിലും കഴിയൂ. ടെസ്റ്റ് എഴുതിയല്ലേ എല്ലാവർക്കും ജോലി കിട്ടുന്നത്.

ദിവാകരൻ : ടെസ്റ്റെഴുത്ത് ഒരു വഴിക്ക്... നിയമനം മറ്റൊരു വഴിക്ക് നടക്കും... ആരെ നിയമിക്കണമെന്ന് അധികാരമുള്ളവർ തീരുമാനിക്കും. നിരാശപ്പെടുത്തിയതല്ല. മോള് ശ്രമിച്ചു നോക്ക്. കിട്ടിയാൽ രക്ഷപെട്ടു. പെമ്പിള്ളേർക്ക് തൊഴിലും വരുമാനവും ഉണ്ടാകുന്നത് എന്തുകൊണ്ടും നല്ലതാ.

ഗായത്രി : റാങ്ക് ലിസ്റ്റിൽ ഒന്ന് എത്തിപ്പെടുന്നതാ പാട്. വരുന്നതെല്ലാം കൊഴയ്ക്കുന്ന ചോദ്യങ്ങളാ... ഇപ്പോൾത്തന്നെ ഞാനൊരു ചോദ്യം നോക്കിക്കൊണ്ടിരുന്നതാ. എത്ര ആലോചിച്ചിട്ടും ഉത്തരം കിട്ടുന്നില്ല.

ദിവാകരൻ : എന്തുവാ ചോദ്യം?

ഗായത്രി : *(ബുക്കിൽ നോക്കിക്കൊണ്ട്)* Answer the following in a word.

ദിവാകരൻ : ഓ... ഇംഗ്ലീഷാണല്ലേ? എങ്കിലും പറ. ഒരു വിശദീകരണം തന്നാൽ മതി.

ഗായത്രി : രണ്ടു പേർ തമ്മിലുള്ള സംഭാഷണമാണ്. I am sorry, ക്ഷമിക്കണം. Can't hear you properly, താങ്കൾ പറഞ്ഞത് എനിക്ക് ശരിക്കും കേൾക്കാൻ പറ്റുന്നില്ല. You please repeat what is the matter. ഒന്നൂടെ പറയാമോ? ഇത്രയും കൂടി ഒറ്റവാക്കിൽ നിങ്ങൾ എങ്ങനെ പ്രതികരിക്കും എന്നാണ് ചോദ്യം.

ദിവാകരൻ : അതിന് ഇത്ര ആലോചിക്കാനെന്തുവാ 'ങേ' എന്നു ചോദിച്ചാൽ പോരേ?

ഗായത്രി : അത് മലയാളം അല്ലിയോ?

ദിവാകരൻ : ഇംഗ്ലീഷിലും അതു തന്നെയാ.

(കമലാക്ഷി രണ്ടു സ്റ്റീൽ ഗ്ലാസിൽ കട്ടൻ ചായയും ഒരു പാത്രത്തിൽ മസാല ദോശയുമായി വന്ന് ടീപ്പോയിൽ വയ്ക്കുന്നു)

കമലാക്ഷി : രണ്ടു പേരും എടുത്ത് കഴിച്ച് കട്ടൻ കാപ്പിയും കുടിക്ക്. ഉച്ചയ്ക്കൽത്തേക്കുള്ളത് ഇത്തിരി താമസിക്കും.

(ദിവാകരനും ഗായത്രിയും ദോശ എടുക്കുന്നു. ദിവാകരൻ പ്ലെയ്റ്റിലേക്കു നോക്കുകയും ഗ്ലാസ്സ് എടുക്കുകയും ചെയ്യുന്നു)

കമലാക്ഷി : എന്തോ കുറ്റം പറയാനൊരുങ്ങുവാ.

ദിവാകരൻ : അല്ല... ഞാനാലോചിക്കുകയായിരുന്നു, ശാസ്ത്രം ഇത്രയും വികസിച്ചിട്ടും മസാല ദോശയ്ക്ക് അനുസരിച്ചുള്ള ഒരു പ്ലെയിറ്റ് കണ്ടുപിടിക്കാൻ കഴിഞ്ഞില്ലല്ലോ എന്ന്.

ദിവാകരൻ : *(ഗായത്രിയോട്)* മോള് കട്ടൻചായ കുടിക്ക്, പഠിച്ച് ക്ഷീണിക്കുമ്പം ഇത്തിരി കട്ടൻ ചായ കുടിച്ചാൽ നല്ലതാ, ഉന്മേഷം കിട്ടും. എന്നിട്ട് അടുത്ത ചോദ്യം പറ.

ഗായത്രി : അക്ബറുടെ അനന്തരാവകാശി ആരാ

യിരുന്നു? ഉത്തരം എനിക്കറിയാം. പക്ഷേ അച്ഛൻ പറയണം.

ദിവാകരൻ : *(ആലോചിച്ചിട്ട്)* ഉത്തരം അറിയില്ല. *(കമലാക്ഷിയോട്)* നിനക്കറിയാമോ?

കമലാക്ഷി : പണ്ടു പഠിച്ചതാ. ഒന്നും ഓർക്കുന്നില്ല.

ദിവാകരൻ : ഒരു കാര്യം ഓർക്കുന്നുണ്ട്. അക്ബറിന് മൂന്നു ഭാര്യമാരുണ്ടായിരുന്നു.

കമലാക്ഷി : അതെന്തായാലും ഓർത്തു വെച്ചിരുന്നല്ലോ.

ദിവാകരൻ : പള്ളിക്കൂടത്തിൽ പഠിക്കുന്ന ചില കാര്യങ്ങൾ അങ്ങനെയാ. എത്ര കാലം കഴിഞ്ഞാലും മറക്കത്തില്ല.

കമലാക്ഷി : എന്നാലേ, പാഞ്ചാലിയെക്കുറിച്ച് പഠിച്ചിട്ടുണ്ടോ? പാഞ്ചാലിക്ക്...

ദിവാകരൻ : അയ്യോ വേണ്ട ബാക്കി പറയണ്ട.

(ദിവാകരൻ കട്ടൻ കുടിച്ചിട്ട് സ്റ്റീൽ ഗ്ലാസ് ടീപ്പോയിൽ വയ്ക്കാൻ നേരം ഗ്ലാസ്സ് താഴെ വീഴുന്നു)

കമലാക്ഷി : പൊട്ടിക്ക്, എല്ലാം പൊട്ടിക്ക്, പറ്റുമെങ്കിൽ ഈ വീട് കൂടി അങ്ങ് തകർക്ക്.

(ഗായത്രി കട്ടൻ കുടിച്ചിട്ട് ഗ്ലാസ്സ് ടീപ്പോയിൽ വയ്ക്കുന്നു. താഴെ വീണ ഗ്ലാസ്സ് കമലാക്ഷി എടുക്കാൻ ശ്രമിക്കുമ്പോൾ കമലാക്ഷിയുടെ കൈ തട്ടി ടീപ്പോയിലിരിക്കുന്ന ഗ്ലാസ്സ് താഴെ വീഴുന്നു)

കമലാക്ഷി : *(ഗായത്രിയെയും ദിവാകരനെയും മാറി മാറി നോക്കിയിട്ട്)* ഇതാരാ ഈ ഗ്ലാസ്സ് ഇവിടെ വച്ചത്? അതല്ലിയോ എന്റെ കൈ തട്ടിവീണത്?

ദിവാകരൻ : കണ്ടോ? ഇതാണു സ്ത്രീ. അവർ ചെയ്യുന്നതു മാത്രം ശരി...

കമലാക്ഷി : *(വിഷയത്തിലേക്കു വന്നിട്ട് ദിവാകരനോട്)* നിരഞ്ജൻ പോയിട്ട് എന്തായെന്നറിഞ്ഞില്ലല്ലോ.

ദിവാകരൻ : ട്രാവൽ ഏജൻസിക്കാർ എന്തു പറഞ്ഞോ ആവോ?

ഗായത്രി : *(പ്രതീക്ഷ)* ട്രാവൽ ഏജൻസിയിൽ നിന്ന് വിളിച്ചിട്ട്, ചെല്ലാൻ പറഞ്ഞപ്പോൾ എന്തോ സാധ്യത ഉണ്ടെന്നാണ് നിരഞ്ജൻ പറഞ്ഞത്.

കമലാക്ഷി : *(ദിവാകരനോട്)* അവൻ ഒരു ശ്രമവും നടത്തുന്നില്ലെന്ന് ഇങ്ങൾക്കല്ലിയോ പരാതി?

ദിവാകരൻ : ഇതൊക്കെ അവൻ നമ്മളോടു പറയ ണ്ടായോ കമലാക്ഷി? ഈയിടെയായി അവന്റെ കാര്യങ്ങളെല്ലാം സസ്പെൻസിലാ. സമയമാകുമ്പോൾ എല്ലാം നേരിൽ കണ്ടാൽ മതിയെന്നായി.

(എന്തോ മനസ്സിലാക്കിയ മട്ടിൽ ഗായത്രി ജാള്യതയോടെ ദിവാകരനെ നോക്കുന്നു)

കമലാക്ഷി : അത് ഇങ്ങള് ആരെയോ താങ്ങി പറഞ്ഞതാ. വെറുതെ ഓരോന്നു പറഞ്ഞോണ്ടു വരല്ലേ...

ദിവാകരൻ : ആരെയും ഉദ്ദേശിച്ചല്ല. *(ഗായത്രിയോട്)* ഇല്ലേ മോളേ?

ഗായത്രി : *(ജാള്യത)* അതെ... കേൾക്കുമ്പോൾ തന്നെ മനസ്സിലാകും ആരെയും ഉദ്ദേശിച്ചല്ലെന്ന്. അമ്മ തെറ്റിദ്ധരിക്കുന്നതാ.

ദിവാകരൻ : നിരഞ്ജൻ ഗൾഫിൽ പോകുന്ന കാര്യം ശരിയായാൽ കുറേ പണം വേണ്ടി വരുമല്ലോ.

കമലാക്ഷി : *(കുറ്റപ്പെടുത്തൽ)* വീണ്ടും ഉത്കണ്ഠ തൊടങ്ങി. അവൻ എങ്ങനേലും ഒപ്പിച്ചോളും.

ദിവാകരൻ : എങ്ങനെ ഒപ്പിക്കാനാ?

ഗായത്രി : എന്തോ വഴി കണ്ടിട്ടുണ്ടെന്നാ പറഞ്ഞത്.

ദിവാകരൻ : അവൻ എന്തു വഴി കാണാനാ? ഞാനൊരു ശ്രമം നടത്തി നോക്കാം. ഉപാധികളില്ലാതെ സഹായിക്കാൻ എവിടെയെങ്കിലും ഒരാൾ കാണും. എന്റെ ഒരു സഹപാഠിയുണ്ട്. വല്യ സൗകര്യത്തിലാ. എന്റെ മോന്റെ കാര്യത്തിനു വേണ്ടിയാണെന്നു പറഞ്ഞാൽ സഹായിക്കാതിരിക്കില്ല. പിന്നീട് മടക്കി കൊടുത്താൽ മതിയല്ലോ.

കമലാക്ഷി : അതൊക്കെ നാണക്കേടല്ലിയോ?

ദിവാകരൻ : എന്തു നാണക്കേട്? ഞാനൊരു തിയറി പറയാം. ആകെ വരുമാനത്തിന് നൂറു ശതമാനം എന്നു പറയാമല്ലോ. അതിൽ തൊണ്ണൂറു ശതമാനം നിന്റെ കൈയിലാണ്. അപ്പോൾ എന്റെ കൈയിൽ എത്ര ശതമാനം?

കമലാക്ഷി : പത്തു ശതമാനം.

ദിവാകരൻ : സോഷ്യലിസം എന്നാൽ എല്ലാവരുടെയും വിഹിതം തുല്യമായിരിക്കണമെന്നല്ലേ?

കമലാക്ഷി : ങ്ങാ... പാർട്ടിക്കാര് പറയുന്നത് കേട്ടിട്ടുണ്ട്.

ദിവാകരൻ : അപ്പോൾ നീ എന്താണ് ചെയ്യേണ്ടത്? നിന്റെ കൈയിൽ അധികമുള്ള നാല്പതു ശതമാനം എനിക്കു തരണം.

കമലാക്ഷി : കൊള്ളാം, നല്ല തിയറി. കടം മേടിച്ചാൽ തിരിച്ചു കൊടുക്കാൻ ഉദ്ദേശമില്ല എന്നു പറഞ്ഞാൽ പോരേ? അവൻ ട്രാവൽ ഏജൻസിയിൽ തെരക്കാൻ പോയതല്ലേയുള്ളു. ഏതായാലും വരട്ടെ. നമുക്ക് കാര്യമായി ആലോചിക്കാം.

ദിവാകരൻ : എന്തായാലും ഗൾഫിൽ പോവുകയാണെങ്കിൽ പണം ഉണ്ടായേ പറ്റൂ.

(പുറത്ത് കാർ വന്നു നിൽക്കുന്ന ശബ്ദം. ദിവാകരനും കമലാക്ഷിയും ഗായത്രിയും അത് ശ്രദ്ധിക്കുന്നു. ആദ്യ രംഗത്തിൽ വന്ന ബ്രോക്കർ ഫോണിൽ സംസാരിച്ചുകൊണ്ട് പ്രവേശിച്ചിട്ട് ഫോൺ ഓഫ് ചെയ്ത് പോക്കറ്റിൽ വയ്ക്കുന്നു. ദിവാകരനും കമലാക്ഷിയും അസ്വസ്ഥരാകുന്നു)

ദിവാകരൻ : *(അസാധാരണമായ അസ്വസ്ഥതയിലും ദേഷ്യത്തിലും ബ്രോക്കറോട്)* താൻ പിന്നേം വന്നോ? ഈ വീടിനകം കണ്ടിട്ട് തനിക്ക് ഇതുവരെ മതിയായില്ലിയോ?

(ബ്രോക്കർ മുറിയിലേക്ക് പോകാൻ ശ്രമിക്കുമ്പോൾ ദിവാകരൻ തടയുന്നു)

ദിവാകരൻ : എന്റെ അനുവാദമില്ലാതെ താനിനി ഈ മുറിക്കകത്ത് കേറരുത്.

(കമലാക്ഷിയും ഗായത്രിയും ദിവാകരനെ ശാന്തനാക്കാൻ ശ്രമിക്കുന്നു)

ബ്രോക്കർ : ഈ വീട്ടിലെ സൗകര്യങ്ങൾ എന്തൊക്കെയുണ്ടെന്നു നോക്കിയിട്ട് എന്റെ കസ്റ്റമേഴ്സിനോടു പറയണം. ഞാൻ വിലയ്ക്കു വാങ്ങാൻ പോകുന്ന വീട് നോക്കിക്കാണാൻ ആരുടേം അനുവാദം വേണ്ട.

ദിവാകരൻ : ആ ന്യായം വേറെ എവിടെങ്കിലും ചെലവാക്കിയാ മതി. ഇത് വാടക വീടാണെങ്കിലും ഇവിടെയുള്ളത് കുടുംബം തന്നെയാണ്. അവരുടെ സ്വകാര്യതയിലേക്ക് നേരെയങ്ങ് കേറി ചെന്നു കൂടാ എന്ന് തിരിച്ചറിയാനുള്ള സാമാന്യ ബുദ്ധി തനിക്കില്ല.

കമലാക്ഷി : *(ബ്രോക്കറോട്)* ഞങ്ങൾ ഇവിടുന്ന് മാറിയതിനു ശേഷം പോരായോ ഈ കേറ്റവും എറക്കവും?

ബ്രോക്കർ : ശരി ആയിരിക്കും. പക്ഷേ ഇതൊന്നും കേൾക്കുന്നത് എന്റെ ജോലിയുടെ ഭാഗമല്ല.

ഗായത്രി : കഴിഞ്ഞ തവണ വന്നപ്പോൾ ഒരു കൂസലുമി

ല്ലാതല്ലേ എന്റെ മുറിയിൽ കേറി വന്നത്?

ദിവാകരൻ : ഒരു മൊബൈലും വാഹനവും വാചകമടിക്കാനുള്ള കഴിവും ഉണ്ടെങ്കിൽ ആളുകളെ മലർത്തിയടിക്കാം. അതല്ലേ തന്റെ തൊഴില്? ഞങ്ങളിവിടെ വല്ലാത്ത ബുദ്ധിമുട്ടിലാ. അപ്പോളാ തന്റെ കവാത്ത്.

ബ്രോക്കർ : മര്യാദയ്ക്ക് സംസാരിക്കണം. നിങ്ങടെ ബുദ്ധിമുട്ട് ഞാൻ കേട്ടിട്ട് എന്തു ചെയ്യാനാ? എനിക്കെന്റെ ജോലി ചെയ്യണ്ടായോ?

ദിവാകരൻ : സാമാന്യ മര്യാദ കാണിക്കണമെന്നേ പറഞ്ഞുള്ളു

ബ്രോക്കർ : അത് നടക്കുമെന്നു തോന്നുന്നില്ല. കാരണം, ഈ വീടും പുരയിടവും വാങ്ങാനുള്ള കരാർ എഴുതിക്കഴിഞ്ഞു. അടുത്ത മാസം ആധാരമെഴുതും. ഒരു മാസത്തിനുള്ളിൽ നിങ്ങൾ ഇവിടെ നിന്ന് ഒഴിഞ്ഞു തരേണ്ടിവരും. കുറച്ച് ആൾട്ടറേഷൻ വരുത്തി മറ്റൊരാളിനു വിൽക്കുന്നതിനാണ്. അതിനുള്ള ധാരണയായിക്കഴിഞ്ഞു.

ദിവാകരൻ : ഹൗസ് ഓണർ പറയട്ടെ. ഇവിടുന്നു ഒഴിഞ്ഞു തരണമെന്നു പറയാൻ തനിക്കെന്ത് അവകാശം?

ബ്രോക്കർ : കരാറെഴുതി ടോക്കൺ കൊടുത്താൽ അതിനർത്ഥം എനിക്ക് ഇതിൽ അവകാശം തുടങ്ങി എന്നാണ്.

(ബ്രോക്കർ പുറത്തേക്കു പോകുന്നു. കാർ സ്റ്റാർട്ട് ചെയ്ത് പോകുന്ന ശബ്ദം. ദിവാകരനും കമലാക്ഷിയും അസഹ്യമായ അസ്വസ്ഥതയിലെത്തുന്നു. ഗായത്രി വന്ന് ഇരുവരെയും സാന്ത്വനിപ്പിക്കുന്നു)

ദിവാകരൻ : *(ആരോടെന്നില്ലാതെ)* ഭൂമി വിറ്റ് ലാഭമുണ്ടാക്കാൻ ഇവരെയൊക്കെ ആരാണ് ചുമതലപ്പെടുത്തിയിരിക്കുന്നത്! വില്ലേജാഫീസിലും രജിസ്ട്രാഫീസിലും ഇവരുടെ ഇടപാ

ടുകൾക്ക് യാതൊരു തടസ്സവുമില്ല. പാവപ്പെട്ടവൻ രണ്ടു സെന്റ് വസ്തു വാങ്ങി കൊട്ടിലുവയ്ക്കാൻ ചെല്ലുമ്പോളാണ് നൂറു നൂറു നൂലാമാലകൾ.

(പുറത്തു നിന്ന് നിരഞ്ജൻ പ്രവേശിക്കുന്നു. എല്ലാവരും നിരഞ്ജനെ ആകാംക്ഷയോടും ദയനീയമായും നോക്കുന്നു)

നിരഞ്ജൻ : *(എല്ലാരെയും മാറി മാറി നോക്കിയിട്ട്)* എന്താ എല്ലാരും വെഷമിച്ചിരിക്കുന്നത്?

ഗായത്രി : ആ ബ്രോക്കറ് പിന്നെയും വന്നു. വീട് ഒഴിഞ്ഞു കൊടുക്കണമെന്ന്.

നിരഞ്ജൻ : ഹൗസ് ഓണർ പറഞ്ഞിട്ടാണോ?

കമലാക്ഷി : ബ്രോക്കർ വീടും സ്ഥലവും വാങ്ങിയിട്ട് ആർക്കോ വിൽക്കാൻ പോവുകയാണെന്ന്.

ദിവാകരൻ : വീട്ടുടമസ്ഥനെ ഒന്നും പറഞ്ഞിട്ട് കാര്യമില്ല. അയാൾ മെയിന്റനൻസ് ചെയ്ത് വിൽക്കാനിട്ടിരുന്ന വീട് നമ്മൾ ചോദിച്ചതു കൊണ്ടു മാത്രമാണ് വാടകയ്ക്ക് തന്നത്. വാടക കുടിശ്ശിക ഉണ്ട് താനും.

നിരഞ്ജൻ : ഞാൻ ഹൗസ് ഓണറെ ഒന്നു വിളിച്ചു നോക്കട്ടെ.

(നിരഞ്ജൻ ഫോണെടുത്ത് വിളിക്കുന്നു. എല്ലാവരും നിരഞ്ജനെ ശ്രദ്ധിക്കുന്നു)

നിരഞ്ജൻ : ഹലോ.. നിരഞ്ജനാണ്. അതെ. വീട് ഒഴിഞ്ഞു കൊടുക്കണമെന്ന് ആ ബ്രോക്കർ ആവശ്യപ്പെടുന്നു. ഒരു മാസത്തിനുള്ളിൽ പറ്റുമെന്നു തോന്നുന്നില്ല. മറ്റൊരു വീട് നോക്കാതെ... കുറച്ചു നാൾ കൂടി ഇവിടെ താമസിച്ചെങ്കിലേ പറ്റൂ. അതിനുള്ള വഴി കണ്ടിട്ടുണ്ട്. ശരി. ശരി. വലിയ ഉപകാരം.

കമലാക്ഷി : എന്തു പറഞ്ഞു?

നിരഞ്ജൻ : വെഷമിക്കണ്ട. ഒഴിഞ്ഞു കൊടുക്കണ

മെന്ന് പറഞ്ഞിട്ടില്ല. കരാർ എഴുതിയതേ യുള്ളു. നമ്മൾ ഇവിടുന്ന് മാറിയിട്ടേ വില യാധാരം എഴുതുന്നുള്ളു. അത് ബ്രോക്ക റോട് പറഞ്ഞോളാമെന്ന്.

കമലാക്ഷി : പിന്നെ ഈ ബ്രോക്കർക്ക് എന്താണിത്ര സോക്കേട്?

(എല്ലാവർക്കും സന്തോഷമാകുന്നു)

ദിവാകരൻ : വീട്ടുടമസ്ഥനെങ്കിലും മനഃസാക്ഷി ഉണ്ടായ ല്ലോ.

കമലാക്ഷി : ഏതായാലും നമുക്ക് മറ്റൊരു വീടു നോക്കാം. കിട്ടുമ്പോഴേക്കും കുറേ സമയ മെടുക്കുമല്ലോ.

ഗായത്രി : ഒഴിഞ്ഞു കിടക്കുന്ന എന്റെ വീട്ടിലേക്കു പോയാലോ?

ദിവാകരൻ : (ഗായത്രിയോട്) ഈ അവസരത്തിൽ വെറുതെ ഒരു പരിഹാരം പറഞ്ഞതല്ലിയോ? അതൊക്കെ വല്യ പ്രശ്നമാകും.

കമലാക്ഷി : മാത്രമല്ല, വർഷങ്ങളായി അടഞ്ഞുകിടക്കു ന്ന ആ വീട് താമസിക്കാൻ പറ്റുന്ന രീതിയി ലാക്കണമെങ്കിൽ ഒരു വീടുവയ്ക്കാനുള്ള പണം വേണം.

ദിവാകരൻ : ഇപ്പോൾ വല്യ ഒച്ചപ്പാടില്ലാതെ ജീവിച്ചു പോകുവാ. നമ്മളവിടെ ചെന്നാൽ പിന്നെ അവിടുള്ളവർക്ക് ആഘോഷിക്കാനുള്ള വാർത്തയാകും.

നിരഞ്ജൻ : അവൾ വെറുതെ പറഞ്ഞതല്ലിയോ. അവളുടെ വകയായിട്ടുമിരിക്കട്ടെ ഒരു പരിഹാരം. പ്രായോഗികമല്ലാത്തതിനെക്കു റിച്ച് എന്തിനാ വെറുതെ സംസാരിക്കുന്നത്? ഞാനൊരു സന്തോഷവാർത്ത പറയാനാ കേറി വന്നത്. നോക്കിയപ്പോൾ എല്ലാരും വെഷമിച്ചിരിക്കുന്നു.

കമലാക്ഷി : എന്തുവാടാ? നീ പോയ കാര്യം എന്തായി?

നിരഞ്ജൻ : വിസ ശരിയായി. അടുത്തയാഴ്ച സൗദിലേക്ക് പോകാം. ടിക്കറ്റ് ഉടൻ ഓക്കെയാകും.

(എല്ലാവരും അവിശ്വസനീയമെന്ന ഭാവത്തിൽ)

ദിവാകരൻ : ഒരാഴ്ചയ്ക്കുള്ളിൽ വിസയ്ക്കുള്ള പണം ഒപ്പിക്കണ്ടായോ?

നിരഞ്ജൻ : യാത്രാ ചെലവു മതി. ബാക്കിയെല്ലാം അവിടെ ചെന്നിട്ട്.

(എല്ലാവരും സന്തോഷത്തോടെ നിൽക്കുന്നു)

... LIGHT OFF ...

രംഗം - 7

(നിരഞ്ജൻ സൗദിയിലേക്ക് പോകാനുള്ള തയ്യാറെടുപ്പ്. തളത്തിൽ ടീപ്പോയുടെ മുകളിലിരിക്കുന്ന രണ്ടു ബാഗിൽ ഗായത്രി നിരഞ്ജന്റെ ഡ്രസ്സുകൾ അടുക്കി വയ്ക്കുന്നു. നിരഞ്ജൻ പ്രവേശിക്കുന്നു)

നിരഞ്ജൻ : അങ്ങനെ ഞാനൊരു പ്രവാസിയാകാൻ പോകുന്നു. പരിചയമില്ലാത്ത സ്വപ്നഭൂമിയിലേക്കുള്ള യാത്ര.

ഗായത്രി : *(നർമ്മം)* സ്വപ്നങ്ങളെല്ലാം കൂടി ഈ ബാഗിൽ വച്ചിട്ടുണ്ട്. നാലുപേരുടെ സ്വപ്നം.

നിരഞ്ജൻ : അഞ്ചാമത്തെയാളിന്റെ സ്വപ്നവുമായി ഗൾഫിൽ നിന്ന് ഇങ്ങോട്ടു വരാം. പോരേ?

(ഗായത്രി നിരഞ്ജനെ കുസൃതിയോടെ നോക്കുന്നു)

നിരഞ്ജൻ : ഞാൻ പോകുന്നതിൽ നിനക്കു വിഷമം തോന്നുന്നുണ്ടോ?

ഗായത്രി : വിഷമിച്ചിട്ടു കാര്യമില്ല, ജീവിക്കാൻ വേണ്ടിയല്ലേ? പക്ഷേ നിരഞ്ജന് മടിയുണ്ടെന്ന് മുഖം പറയുന്നു. സ്കൂൾ കുട്ടിയുടെ മടി പോലെ.

നിരഞ്ജൻ : അതെ. മനസ്സില്ലാമനസ്സോടെയാണു പോകുന്നത്. നിങ്ങളെയൊക്കെ വിട്ടു പോകുന്നതിൽ വിഷമമുണ്ട്.

ഗായത്രി : ഈ വീട്ടിൽ വന്നതിനു ശേഷം എനിക്ക് ജീവിക്കാനുള്ള ആഗ്രഹവും ആത്മവിശ്വാസവും കൂടിയിട്ടുണ്ട്. അച്ഛന്റേം അമ്മേടേം ആഗ്രഹം സാധിക്കണം. കടങ്ങൾ തീർക്കണം, സ്വന്തമായി ഒരു വീടുവയ്ക്കണം. ന്യായമായ ആവശ്യങ്ങൾക്കു

വേണ്ടിയല്ലേ? ദൃഢനിശ്ചയത്തോടെ, മടിയില്ലാതെ പോയേ പറ്റൂ.

നിരഞ്ജൻ : അവിടെ ചെന്നിട്ട് എന്താക്കെയാണ് ചെയ്യേണ്ടതെന്ന് ഒരു എത്തും പിടിയുമില്ല. എന്തായാലും ഇറങ്ങിത്തിരിക്കുവാ. നജ്രാൻ എയർപോർട്ടിൽ വിമാനമിറങ്ങിയാൽ കഫീൽ വന്ന് കൂട്ടിക്കൊണ്ടു പോകുമെന്നാണ് ട്രാവൽ ഏജൻസീന്ന് പറഞ്ഞത്.

ഗായത്രി : ഇപ്പോഴേ ടെൻഷനടിച്ചു തുടങ്ങിയാലെങ്ങനാ?

നിരഞ്ജൻ : ടെൻഷൻ മൊത്തം നിങ്ങളെയെല്ലാം വിട്ടു പിരിയുന്നതിലാ.

ഗായത്രി : ഉറ്റവരെയും ഉടയവരെയും വിട്ടുപിരിഞ്ഞ് എത്രയോ ആൾക്കാർ ഗൾഫിൽ ജോലി ചെയ്യുന്നു!

നിരഞ്ജൻ : എല്ലാവരെയും വിട്ടു പോകുന്ന സമയത്തുള്ള മാനസികസമ്മർദ്ദം പറഞ്ഞറിയിക്കാൻ പറ്റാത്തതാണ്.

(ദിവാകരനും കമലാക്ഷിയും പ്രവേശിക്കുന്നു. കമലാക്ഷിയുടെ കൈയിലിരിക്കുന്ന ഒരു പൊതി ഗായത്രിയുടെ കൈയിൽ കൊടുക്കുന്നു)

കമലാക്ഷി : കുറച്ച് അച്ചാറും ചമ്മന്തിപ്പൊടിയുമാണ്. ആ ബാഗിൽ വെച്ചേരെ.

ദിവാകരൻ : *(തമാശ)* മക്കൾ എവിടേക്കെങ്കിലും പോകുമ്പോൾ എല്ലാ അമ്മമാരും കൊടുത്തു വിടുന്ന കരുതൽ. നീയും ആ പതിവ് തെറ്റിക്കണ്ട.

കമലാക്ഷി : തമാശ പറയാൻ കണ്ട നേരം. എങ്കിലും ഉള്ളിൽ വെഷമം വച്ചു കൊണ്ടാണ് തമാശയ്ക്ക് ശ്രമിച്ചതെന്നറിയാം.

ദിവാകരൻ : *(നിരഞ്ജനോട്)* നീ വെറുതെ നിന്ന

പ്പോൾ എന്തെങ്കിലും പണിക്കു പോകാൻ പറഞ്ഞത് നിന്നെ വേദനിപ്പിക്കാനല്ല കേട്ടോ? പോകാനൊരുങ്ങുമ്പോൾ എന്തോ... ഒരു വിഷമം.

നിരഞ്ജൻ : *(ദിവാകന് മറുപടി പറയാതെ വാച്ചിൽ നോക്കിയിട്ട്)* ഇറങ്ങാൻ നേരമായി.

(വിഷാദം തളം കെട്ടുന്ന അന്തരീക്ഷം. നിരഞ്ജൻ ദിവാകരന്റെ അടുത്തേക്ക് വരുന്നു)

നിരഞ്ജൻ : അച്ഛാ, അച്ഛൻ വിഷമിക്കണ്ട. പക്ഷേ എന്താണെന്നറിയില്ല, അച്ഛനേം അമ്മേം ഗായത്രിയേം വിട്ടുപിരിയുന്നതിൽ.... ഗുണ ദോഷിക്കുമ്പോഴും കുറ്റം പറയുമ്പോഴും... ജീവിതത്തിന്റെ ഓരോ ചുവടുവയ്പിലും കൈപിടിച്ചുയർത്തിയ അച്ഛനിൽ നിന്ന് അകന്നു പോകുന്നതിൽ വിഷമമുണ്ടച്ഛാ.

ദിവാകരൻ : *(നിരഞ്ജനെ ചേർത്തു നിർത്തിക്കൊണ്ട്)* വിഷമിക്കണ്ട. പോകാതെ പറ്റില്ലല്ലോ. അത്യാവശ്യങ്ങൾ നിറവേറിയില്ലെങ്കിൽ അതിനായി നമ്മൾ ശ്രമിക്കും. മറയത്തു നിൽക്കുന്ന ചെടി സൂര്യപ്രകാശത്തിനായി ചാഞ്ഞു പോകുന്നതു കണ്ടിട്ടില്ലേ? അതു പോലെ.

(നിരഞ്ജൻ ബാഗെടുത്ത് തോളിലിടുന്നു. തുടർന്ന് എല്ലാവരോടും യാത്ര ചോദിച്ച് പുറപ്പെടുന്നു. എല്ലാവരുടെയും കണ്ണുകൾ നിറയുന്നു.

... LIGHT OFF ...

രംഗം - 8

(രാത്രി. സൗദിയിലെ നജ്രാൻ എയർപോർട്ടിൽ ലാൻഡ് ചെയ്യുന്ന വിമാനത്തിന്റെ ശബ്ദം. എയർപോർട്ടിനു പുറത്ത് റോഡിൽ അഹമ്മദ് എന്ന സൗദി പൗരനായ കഫീൽ (സ്പോൺസർ) നിരഞ്ജന്റെ പാസ്പോർട്ട് കോപ്പിയിലെ ഫോട്ടോയുമായി കാത്തു നിൽക്കുന്നു. അല്പം അകലെ അയാളുടെ കാർ കിടപ്പുണ്ട്. അല്പനേരത്തിനു ശേഷം തോളിലും കൈയിലും ബാഗുമായി വരുന്ന നിരഞ്ജനെ കാണുമ്പോൾ അഹമ്മദ് ' യൂ, നിറഞ്ചൻ' എന്ന് ചോദിക്കുന്നു. നിരഞ്ജൻ തലകുലുക്കി സമ്മതിക്കുന്നു. യാതൊരു പരിചയവുമില്ലാതെ എന്തു ചെയ്യണമെന്നറിയാതെ നിരഞ്ജൻ നിൽക്കുന്നു. രണ്ടു പേരും ആശയ വിനിമയത്തിനായി ആംഗ്യം കാണിക്കുന്നുണ്ട്. ധാരണയിലെത്തിയ പോലെ രണ്ടുപേരും കാറിന്റെ അടുത്തേക്കു പോകുന്നു. അവർ കാറിൽ കയറി അതിവേഗം പാഞ്ഞു പോകുന്നു. കാർ പാഞ്ഞ് മരുഭൂമിയുടെ അടുത്തെത്തുന്നു. പ്രകാശം പരക്കുമ്പോൾ കാണുന്നത് ഒരു ഒട്ടകഫാം (മസ്ര). അറബി മാതൃകയിലുള്ള, അഴുക്കു പിടിച്ച ഒരു മുറിയും അടുക്കളയും. വശത്ത് അല്പം അകലെയായി ഒട്ടകങ്ങളെ പാർപ്പിച്ചിരിക്കുന്ന തൊഴുത്ത്. ഒട്ടകങ്ങൾക്ക് കുടിക്കാനുള്ള വെള്ളം നിറയ്ക്കുന്ന ഒന്നു രണ്ടു വീപ്പകൾ. പുല്ല്, തീറ്റച്ചാക്ക് അട്ടിയിട്ട് വച്ചിരിക്കുന്നു. ഒട്ടകങ്ങൾ ഒരു പ്രത്യേക ശബ്ദം പുറപ്പെടുവിക്കുന്നുണ്ട്. അകലെ അനന്തമായി കിടക്കുന്ന മരുഭൂമി. മസ്രയുടെ പിന്നാമ്പുറത്ത് അപൂർവ്വമായൊരു പുൽകൃഷി കാണാം. കുറച്ചു ഭാഗത്ത് മലയിടുക്കുകളുടെയും മണൽ കൂനകളുടേയും മണൽത്തരികളുടേയും അങ്ങിങ്ങായി കുറ്റിച്ചെടികളുടെയും മങ്ങിയ ദൃശ്യം. ഇടയ്ക്കിടെ മണൽക്കാറ്റ് വീശുന്നുണ്ട്. ബാഗുമായി ഓടി വന്ന് മസ്രയുടെ മുന്നിൽ നിന്നുകൊണ്ട് നിരഞ്ജൻ ചുറ്റുപാടും നോക്കി കിതയ്ക്കുന്നു. അപരിചിതമായ സ്ഥലം കണ്ട് നിരഞ്ജൻ വല്ലാതെ പരിഭ്രമിക്കുന്നു. ഭ്രാന്തമായ അവസ്ഥയിൽ വീണ്ടും ഓടാൻ ശ്രമിച്ച് നാലുപാടും നോക്കിയിട്ട് ആത്മഗതം)

നിരഞ്ജൻ : റോഡിൽ നിന്ന് മരുഭൂമിയിലേക്ക് കാർ തിരിഞ്ഞപ്പോഴേ മനസ്സിലായി എന്നെ ഈ കാരാഗൃഹത്തിലേക്ക് കൊണ്ടു വരുകയാ

ണെന്ന്. കാറിൽ നിന്ന് പുറത്തുചാടി ഓടി രക്ഷപെടാൻ ശ്രമിച്ചിട്ടും ഞാൻ ഇവിടെ ത്തന്നെ എത്തി. ഞാനിനി എങ്ങോട്ടാണ് ഓടേണ്ടത്? ഇത് ആ അറബിയുടെ ഒട്ടക മസ്രയാണ്. ഞാൻ പെട്ടുപോയി. അനന്ത മായി നീളുന്ന ഈ മരുഭൂമിയിൽ എന്റെ നാട്ടിലേക്കും വീട്ടിലേക്കുമുള്ള വഴിച്ചാലെ വിടെയാണ്? ഏകാന്തതയുടെ ഈ മണൽ തുരുത്തിൽ ഞാൻ അകപ്പെട്ടു പോയി. അഹമ്മദ് കഫീൽ എന്നെ പിൻതുടരു ന്നുണ്ട്. എന്നെ കണ്ടാൽ അയാൾ കൊല്ലും. അയാൾ കാണാതെ എവിടെയാണ് ഒളിച്ചി രിക്കേണ്ടത്? എനിക്ക് എന്തെങ്കിലും സംഭ വിച്ചാൽ എന്റെ അച്ഛനും അമ്മയ്ക്കും ഗായത്രിക്കും മറ്റാരുണ്ട്—?

(താഴെ മുട്ടുകുത്തിയിരുന്ന് തേങ്ങുന്നു. അഹമ്മദ് വേഗത്തിൽ ഓടി വന്ന് കിതച്ച് നിന്നുകൊണ്ട് നിരഞ്ജന്റ മുന്നിലേക്ക് നടന്നു വന്ന് ശ്രദ്ധിക്കുന്നു. നിരഞ്ജൻ നിവർന്നു നോക്കുമ്പോൾ അഹമ്മദിനെ കാണുന്നു. ഭീകരനെ നോക്കുന്ന പോലെ നിരഞ്ജൻ ഭീതിയോടെ അഹമ്മദിനെ നോക്കിയിട്ട് കിതച്ചു കൊണ്ട് എഴുന്നേറ്റ് അച്ചടക്കം വരുത്തുന്നു)

അഹമ്മദ് : *(കോപത്തോടെ ഉഗ്രശബ്ദത്തിൽ)* ലേഷ് അൻത എംഷി?

(നിരഞ്ജൻ തൊഴുകൈയോടെ നിൽക്കുന്നു)

അഹമ്മദ് : *(അറബി കലർന്ന മലയാളത്തിൽ)* എന്റെ ഭാഷ നിനക്കറിയല്ല. അല്ലേ? നിന്റെ ഭാഷ എനിക്കറിയാം. *(വിരൽ ചൂണ്ടിക്കൊണ്ട് വീണ്ടും)* നീ എന്തുകൊണ്ടാണ് ഓടിയതെന്ന്? നിന്റെ പിറകേ ഓടി ഞാനും ക്ഷീണിച്ചു.

(നിരഞ്ജൻ പേടിച്ചു വിറച്ച് മിണ്ടാതെ നിൽക്കുന്നു)

അഹമ്മദ് : *(കോപം)* ചോദിച്ചത് കേട്ടില്ലേ?

നിരഞ്ജൻ : *(ഭയം)* എനിക്ക് പേടിയാവുന്നു. എന്റെ നാട്ടി ലേക്ക് മടങ്ങി പോകണം.

അഹമ്മദ് : അതത്ര എളുപ്പമുള്ള കാര്യമല്ല. ഇത്രയും ദൂരം സഞ്ചരിച്ച് നീ ഇവിടെ വന്നത് എന്തിനാണ്? എന്ത് ഉദ്ദേശത്തിലാണ് നീ വന്നത്?

നിരഞ്ജൻ : *(തികഞ്ഞ വീർപ്പുമുട്ടലിൽ)* എനിക്കു പോയേ മതിയാവൂ. എനിക്കെന്റെ അച്ഛനെയും അമ്മയെയും ഭാര്യയെയും കാണണം.

അഹമ്മദ് : അത് അസാധ്യം... എന്തു മണ്ടത്തരമാണ് നീ പറയുന്നത്?

നിരഞ്ജൻ : എനിക്കറിയാം. ഞാൻ വരേണ്ട സ്ഥലം ഇതല്ല. ഏതോ കമ്പനിയിലാണ് എനിക്കു പോകേണ്ടത്. എന്നെ ആ കമ്പനിയിൽ കൊണ്ടു വിടാൻ പറ്റുമോ?

അഹമ്മദ് : *(ദയ തോന്നിയിട്ട്)* ആദ്യം നീ ശാന്തനാകാൻ ശ്രമിക്ക്.

നിരഞ്ജൻ : ഈ സ്ഥലവും നിങ്ങളെയും കണ്ടിട്ട് എനിക്ക് പേടിയാകുന്നു.

അഹമ്മദ് : Why should be afraid? എന്തിനു പേടിക്കണം?

നിരഞ്ജൻ : *(സങ്കടം)* ഒട്ടകത്തെ തീറ്റുന്ന ജോലിക്കല്ലേ എന്നെ ഇവിടെ കൊണ്ടുവന്നത്? എനിക്ക് ആ പണി അറിയില്ല. ഞാനീ ജോലി ചെയ്തില്ലെങ്കിൽ എന്നെ ഉപദ്രവിക്കരുത്. പ്ലീസ്.

(നിരഞ്ജൻ തണുത്ത് വിറച്ച്—ശരീരം കുഴയുന്നതു പോലെയാകുന്നു)

അഹമ്മദ് : *(നിരഞ്ജനെ പിടിച്ചുകുലുക്കി അല്പം സഹതാപത്തോടെ)* നിനക്ക് തണുപ്പു തോന്നുന്നുണ്ടോ? രാത്രിയിൽ നല്ല തണുപ്പുള്ള കാലമാണിത്.

നിരഞ്ജൻ : *(അവശതയോടെ)* നല്ല തണുപ്പുണ്ട്. വീട്ടിലെ കാര്യം ഓർക്കുമ്പോൾ ഉള്ളുരുകുന്നുമുണ്ട്.

അഹമ്മദ് : *(അത് ശ്രദ്ധിക്കാതെ)* നീ പുക വലിക്കുമോ?

നിരഞ്ജൻ : ഇല്ല... പക്ഷേ ഈ തണുപ്പത്ത് വലിക്കാൻ തോന്നുന്നു... പുകവലിക്കാൻ തരൂ...

അഹമ്മദ് : *(പോക്കറ്റിൽ നിന്ന് മൽബോറോ സിഗരറ്റും ലൈറ്ററും എടുത്ത് നിരഞ്ജന് കൊടുത്തിട്ട്)* ഇത്രയും വില കൂടിയ സിഗരറ്റ് നീ മുമ്പ് വലിച്ചിട്ടുണ്ടോ?

നിരഞ്ജൻ : ഇല്ല. *(സിഗരറ്റ് കത്തിച്ചു വലിക്കുന്നു)*

അഹമ്മദ് : ഞാൻ... പുകവലിക്കാറില്ല... ഇത് നിനക്കു വേണ്ടി വാങ്ങി വെച്ചതാണ്. നിനക്ക് വേണ്ടി വരുമെന്ന് എനിക്കറിയാമായിരുന്നു.

(നിരഞ്ജൻ സിഗററ്റ് വലിക്കുന്ന സമയം കൊണ്ട് അഹമ്മദ് മസ്രയുടെ മുറിയിൽ പോയി പുതപ്പു കൊണ്ടുവന്ന് നിരഞ്ജനെ പുതപ്പിക്കുന്നു. നിരഞ്ജൻ ആ പ്രവൃത്തി അവിശ്വസനീയമായി നോക്കുന്നു. അഹമ്മദ് വീണ്ടും മുറിയിലേക്കു പോകുന്നു)

നിരഞ്ജൻ : *(ആത്മഗതം)* മനുഷ്യത്വം നടിച്ചു കൊണ്ട് ഇയാൾ എന്നെ ചതിക്കാനാണോ? എനിക്കിയാളെ വിശ്വാസമാകുന്നില്ല. മദ്രസയിലെ ക്രൂരതയെക്കുറിച്ച് ഞാൻ കേട്ടിട്ടുണ്ട്. ഇല്ല.. എനിക്ക് രക്ഷപെട്ടേ മതിയാവൂ...

(അഹമ്മദ് മുറിയിൽ നിന്ന് രണ്ട് ചെറിയ ബഡ്ഷുകൾ എടുത്തു കൊണ്ടുവന്ന് അവിടെ വയ്ക്കുന്നു)

അഹമ്മദ് : ഇത് നമുക്ക് ഉറങ്ങാനുള്ള കിടക്കയാണ്. കിടക്കുന്നതിനു മുമ്പ് നീ ഒരു കാര്യം ചെയ്യണം... വരൂ...

(അഹമ്മദ് നടക്കുന്നു. പിന്നാലെ നിരഞ്ജൻ വേച്ചുവേച്ച്)

നിരഞ്ജൻ : *(ആത്മഗതം)* ഇയാൾക്ക് വീട്ടിൽ പോകേണ്ടേ! ഞാൻ രക്ഷപെടാൻ ശ്രമിക്കുമെന്ന് അയാൾക്കറിയാം... അതുകൊണ്ടാണ് പോകാത്തത്. മറ്റാരുമില്ലാത്ത ഈ രാത്രിയിൽ ഇയാൾ ക്രൂര വിനോദത്തിന് ഒരുങ്ങുകയാണ്. ചോദിക്കാനും പറയാനും ആരുമില്ലാത്ത ഒരു ഇരയെ കിട്ടിയതല്ലേ?

(അഹമ്മദ് നിരഞ്ജനെ അകലെ കാണുന്ന മലയടിവാരത്തിലേക്ക് കൊണ്ടു പോകുന്നു. നിരഞ്ജൻ പേടിച്ചു വിറച്ച് കൂടെ പോകുന്നു)

നിരഞ്ജൻ : *(അപേക്ഷ)* എന്നെ എവിടെ കൊണ്ടു പോകുന്നു? എന്റെ ബന്ധുക്കളാരും ഇവിടെയില്ല. എന്നെ ഒന്നും ചെയ്യരുത്.

അഹമ്മദ് : നീ വന്നത് ഈ മദ്രസയിലെ ജോലിക്കാരനായിട്ടാണ്. ആ ജോലി നീ ചെയ്തേ മതിയാവൂ.

നിരഞ്ജൻ : *(ആത്മഗതം)* മദ്രസയിലെ ജോലി ചെയ്യണമെന്ന്... അപ്പോൾ എന്നെ കൊല്ലാൻ കൊണ്ടുപോവുകയല്ല... ആശ്വാസം... ഞാൻ വിചാരിച്ചു തീർത്തു കളയാൻ പോകുകയാണെന്ന്. കാറിൽ നിന്ന് ഇറങ്ങി ഓടിയതിന് ശിക്ഷ എന്താണാവോ തരാൻ പോകുന്നത്...

അഹമ്മദ് : *(ഫോൺ എടുത്തു നോക്കിയിട്ട്)* റെയ്ഞ്ച് ഇല്ലാത്തതു കൊണ്ടാണ് ഇങ്ങോട്ട് മാറി നിന്നത്. നിന്റെ വീട്ടിലേക്ക് വിളിക്കാനുള്ള നമ്പർ തരൂ.

(നിരഞ്ജൻ ആശ്വാസത്തോടെ നമ്പർ കൊടുക്കുന്നു. അഹമ്മദ് നമ്പർ ഡയൽ ചെയ്ത് ഫോൺ നിരഞ്ജന്റെ കൈയിൽ കൊടുക്കുന്നു)

അഹമ്മദ് : ഇതാ, ബെല്ലുണ്ട് സംസാരിക്കൂ.

(തെല്ലൊരു ആശ്വാസത്തോടെ നിരഞ്ജൻ ഫോൺ വാങ്ങുമ്പോൾ അഹമ്മദ് തൊഴുത്തിന് അടുത്ത് വന്ന് ഒട്ടകങ്ങളോട് ലാളനയോടെ സംസാരിക്കുന്നു)

അഹമ്മദ് : നിങ്ങളെ സംരക്ഷിക്കാൻ പുതിയൊരാൾ വന്നിട്ടുണ്ട്.

(ഫോണിലെ ശബ്ദത്തിനായി നിരഞ്ജൻ ആകാംക്ഷയോടെ കാതോർക്കുന്നു. ഫോണിൽ 'ഹലോ' എന്നു കേൾക്കുമ്പോൾ നിരഞ്ജന്റെ മുഖം വിടരുന്നു. ഭയം മാറ്റാൻ ശ്രമിക്കുന്നു)

നിരഞ്ജൻ : അച്ഛാ... ! ഞാ... ഞാനിവിടെ എത്തി... സ്ഥലം ഏതെന്ന് അറിയില്ല... ഹലോ... ഹലോ...

(നിരഞ്ജന്റെയും അഹമ്മദിന്റെയും പ്രവൃത്തികൾ ഒരേ സമയം. ഫോൺ കട്ടാവുന്നു)

നിരഞ്ജൻ : *(തിടുക്കത്തിൽ അഹമ്മദിന്റെ അടുത്തേക്ക് ഓടി വന്നിട്ട്)* ഫോൺ കട്ടായി പോയി.. അച്ഛനായിരുന്നു എടുത്തത്... ഒന്നും പറയാൻ പറ്റിയില്ല.

അഹമ്മദ് : Don't worry... റയ്ഞ്ച് കുറവാണ്. നേരം പുലരുമ്പോൾ വീണ്ടും ശ്രമിക്കാം.

(അഹമ്മദ് കിടക്കകൾ എടുത്ത് മണ്ണിൽ നിവർത്തിയിടുന്നു. പുറത്തു പോയി കാറിൽ നിന്ന് കുബ്ബൂസും കുപ്പിവെള്ളവും കൊണ്ടുവന്ന് നിരഞ്ജനു കൊടുക്കുന്നു. നിരഞ്ജൻ ആർത്തിയോടെ തിന്നിട്ട് അഹമ്മദിനെ വിശ്വാസമില്ലാത്തതുപോലെ നോക്കിയിട്ട് കിടക്കുന്നു. നിരഞ്ജൻ കിടന്നു എന്ന് ഉറപ്പാക്കിയ ശേഷം അഹമ്മദ് കിടക്കുന്നു.)

അഹമ്മദ് : ഉറങ്ങിക്കോളൂ... കുറച്ചു കഴിയുമ്പോൾ ഞാൻ വിളിക്കും. അപ്പോൾ എഴുന്നേൽക്കണം.

(അഹമ്മദ് കൂർക്കം വലിച്ച് ഉറങ്ങുന്നു. ഉറങ്ങിയെന്ന് ഉറപ്പാക്കിയിട്ട് നിരഞ്ജൻ അരണ്ട വെളിച്ചത്തിൽ എഴുന്നേൽക്കുന്നു)

നിരഞ്ജൻ : *(ദൂരേക്കു നോക്കിയിട്ട് ആത്മഗതം)* മരുഭൂമിയുടെ ഓളപ്പരപ്പിൽ ഒരു വഴിച്ചാലു പോലുമില്ല. ഈ കാരാഗൃഹത്തിനു പുറത്ത് ദിക്കുകളില്ല. എനിക്കു പോയേ പറ്റൂ. ശ്രമിക്കാം. നഗരത്തിലേക്കു പോകാനുള്ള അടയാളം എവിടെയെങ്കിലും കാണാതിരിക്കില്ല.

(നിരഞ്ജൻ രക്ഷപെടാൻ നോക്കുന്നു. ശബ്ദമുണ്ടാക്കാതെ പുറത്തേക്കു പോകാനൊരുങ്ങുമ്പോൾ അഹമ്മദിന്റെ വിളി വരുന്നു. നിരഞ്ജൻ ഞെട്ടുന്നു)

അഹമ്മദ് : *(ചിരിച്ചു കൊണ്ട്)* നിന്റെ പാഴ്ശ്രമം നിർത്തിയിട്ട് ഇവിടെ വന്നു കിടന്ന് ഉറങ്ങൂ.

(ശ്രമം പരാജയപ്പെട്ട നിരഞ്ജൻ വന്ന് കിടക്കയിൽ കിടക്കുന്നു. ക്ഷീണിതനായ നിരഞ്ജൻ മയക്കത്തിലേക്കു പോകുന്നു. നിരഞ്ജൻ ഒരു ഭീകര സ്വപ്നം കാണുന്നു)

... LIGHT OFF ...

രംഗം - 8. A

(നിരഞ്ജന്റെ സ്വപ്നം)

(മസ്രം. മസ്രയുടെ ഒരു കോണിൽ നിരഞ്ജൻ ക്ഷീണിതനായി ഇരിക്കുന്നു. അഹമ്മദും രണ്ട് അനുയായികളും പ്രവേശിക്കുന്നു. അനുയായികൾ ഉലാത്തുന്നു. അവരെ കണ്ടു കൊണ്ട് നിരഞ്ജൻ പേടിച്ച് എഴുന്നേൽക്കുന്നു)

അഹമ്മദ് : *(കോപം)* അപ്പോൾ പണിയൊന്നും ചെയ്യാതെ നീ ഇവിടെ വിശ്രമിക്കുകയായിരുന്നു അല്ലേ?

നിരഞ്ജൻ : ജോലി ചെയ്ത് തീർത്തിട്ടാണ് ഇരുന്നത്.

അഹമ്മദ് : ഇവിടത്തെ ജോലി അങ്ങനെ തീരുന്നതല്ല. അനേകം ഒട്ടകങ്ങളുണ്ട്. അവയ്ക്ക് തീറ്റ തയ്യാറാക്കണം, കൊടുക്കണം, കുളിപ്പിക്കണം. അതൊക്കെ നീ ചെയ്തു തീർത്തെന്നു പറഞ്ഞാൽ അതു ഞാൻ വിശ്വസിക്കണോ?

നിരഞ്ജൻ : ക്ഷമിക്കണം. ശരീരം കുഴഞ്ഞു വന്നപ്പോൾ കുറച്ചുനേരം ഇരുന്നതാണ്.

അഹമ്മദ് : അപ്പോൾ നീ കള്ളം പറയാൻ മറന്നില്ല.

നിരഞ്ജൻ : ഏറെക്കുറെ ജോലികൾ തീർന്നതു കൊണ്ടാണ് അങ്ങനെ പറഞ്ഞത്. ക്ഷമിക്കണം.

(അഹമ്മദ് അനുയായികളെ നോക്കുന്നു)

അഹമ്മദ് : *(അനുയായികളോട്)* കള്ളം പറഞ്ഞതിനുള്ള ശിക്ഷ ആദ്യം കൊടുക്കൂ. പിന്നെ മടിക്കുള്ള ശിക്ഷ.

(അനുയായികൾ നിരഞ്ജനെ ക്രൂരമായി മർദ്ദിക്കുന്നു. അഹമ്മദ് അതു കണ്ട് ആഹ്ലാദിക്കുന്നു. നിരഞ്ജൻ മർദ്ദനമേറ്റ് പുളയുന്നു. ദിവാകരനും കമലാക്ഷിയും പ്രവേശിക്കുന്നു)

കമലാക്ഷി : എന്റെ മോനെ ഉപദ്രവിക്കരുത്.

ദിവാകരൻ : ഞങ്ങൾക്ക് ഒരു മോൻ മാത്രമേയുള്ളു. അവനിവിടെ കിടന്ന് നരകിച്ചാൽ ഞങ്ങ ൾക്ക് മറ്റാരുമില്ല.

(അനുയായികൾ അവർക്കു നേരെ ഭയാനകമായി നടന്നടുക്കു ന്നു)

(നിരഞ്ജൻ സ്വപ്നത്തിൽ നിന്ന് അലർച്ചയോടെ ഉണർന്ന് ചാടി യെഴുന്നേറ്റ് കിടക്കയിൽ ഇരിക്കുന്നു)

അഹമ്മദ് : നിനക്ക് ഉറങ്ങാൻ കഴിഞ്ഞില്ല അല്ലേ?

(നിരഞ്ജൻ ഇല്ല എന്ന അർത്ഥത്തിൽ തലയാട്ടുന്നു)

അഹമ്മദ് : അതെനിക്കറിയാം. നിന്റെ ചിന്തകൾ മൊത്തം വീടിനെ കുറിച്ചാണ്. അല്ലെങ്കിൽ ഒരു ദുരിതം സങ്കല്പിക്കുന്നു.

(സൂര്യൻ ഉദിച്ചു വരുന്നു. അഹമ്മദ് പതുക്കെ വന്ന് നിരഞ്ജന്റെ കൈത്തണ്ടയിൽ പിടിച്ച് പുല്ല് അടുക്കി വച്ചിരിക്കുന്നിടത്ത് കൊണ്ടു വരുന്നു. അഹമ്മദ് ഒരു കെട്ട് പുല്ല് എടുത്തിട്ട് നിരഞ്ജനോട് അതു പോലെ ചെയ്യാൻ ആംഗ്യത്തിൽ ആവശ്യപ്പെടുന്നു. നിരഞ്ജൻ അത് അനുസരിക്കുന്നു. രണ്ടു പേരും കൂടി വേലി പോലെയുള്ള കൂട്ടിൽ പുല്ല് നിറയ്ക്കുന്നു. ഒട്ടകങ്ങൾ അതു തിന്നുന്നതായി അഹമ്മദി ന്റെ മുഖത്ത് പ്രകടമാകുന്നു. ഒട്ടകങ്ങൾക്ക് വെള്ളം കൊടുക്കാൻ അഹമ്മദ് ആവശ്യപ്പെടുന്നു. നിരഞ്ജൻ അതുപോലെ ചെയ്യുന്നു)

അഹമ്മദ് : ഈ ഒട്ടകങ്ങൾ എനിക്ക് പ്രിയപ്പെട്ടവരാണ്. സ്നേഹം കൊടുത്താൽ പതിൻമടങ്ങായി തിരിച്ച് തരുന്ന ജീവികൾ.

(നിരഞ്ജൻ തല കുലുക്കി സമ്മതിക്കുന്നു. അഹമ്മദ് കിടക്കകളും പുതപ്പും മുറിയിൽ കൊണ്ടു വച്ചിട്ട് മടങ്ങിവരുന്നു)

അഹമ്മദ് : ഇവിടെ നിനക്കുള്ള ജോലി ഇത്രേയുള്ളു. എന്നും ഇതു പോലെ ചെയ്യണം. *(അടുക്കള യിലേക്ക് ചൂണ്ടിക്കാട്ടിയിട്ട്)* ഭക്ഷണം പാകം

ചെയ്യാനുള്ള ഗ്യാസടുപ്പും അരിയും മറ്റു സാധനങ്ങളും അടുക്കളയിലുണ്ട്. പാകം ചെയ്ത് കഴിക്കുക.

(അഹമ്മദ് പോക്കറ്റിൽ നിന്ന് കറൻസി എടുത്ത് നിരഞ്ജന്റെ കൈയിൽ വച്ചു കൊടുക്കുന്നു. നിരഞ്ജൻ കൗതുകത്തോടെ കറൻസി യിൽ നോക്കുന്നു.)

അഹമ്മദ് : ഇത് 100 റിയാലുണ്ട്. നിന്റെ കൈയിലിരി ക്കട്ടെ.

(അഹമ്മദ് പുറത്തേക്കു പോകുന്നു. കാർ സ്റ്റാർട്ട് ചെയ്യുന്ന ശബ്ദം. അഹമ്മദിന്റെ കാർ മറയുന്നതു വരെ നിരഞ്ജൻ നോക്കി നിൽക്കുന്നു. നിരഞ്ജൻ അവിശ്വസനീയമായി കൈയിലിരിക്കുന്ന റിയാലിൽ നോക്കിയിട്ട് ഒരു വശത്തുള്ള ഇഷ്ടികയിൽ ഇരിക്കുന്നു. പുറത്ത് ടാങ്കർ ലോറി വന്നു നിൽക്കുന്ന ശബ്ദം. മുഷിഞ്ഞ വർക്കിംഗ് ഡ്രസ്സിൽ 35 വയസ്സു തോന്നിക്കുന്ന പ്രസാദ് എന്നു പേരുള്ള ഒരു ചെറുപ്പക്കാരൻ ചുറുചുറുക്കോടെ പ്രവേശിക്കുന്നു. സരസമായ സംസാരവും പെരുമാറ്റവും)

പ്രസാദ് : *(ഒരു വീപ്പയിൽ നോക്കിയിട്ട് ആത്മഗതം)* വീപ്പയിൽ ആവശ്യത്തിനു വെള്ളമുണ്ടല്ലോ. വെള്ളം നിറയ്ക്കാൻ പിന്നെന്തിനാണ് കഫീൽ പറഞ്ഞത്?

(പ്രസാദ് അടുത്ത വീപ്പയുടെ അടുത്തെത്തി നോക്കുന്നു)

പ്രസാദ് : ഇതിലും വെള്ളമുണ്ട്. അങ്ങേർക്ക് വട്ടാണ്.

(പൊടുന്നനെ പ്രസാദ് നിരഞ്ജനെ കാണുന്നു)

പ്രസാദ് : പുതിയ ആളാണല്ലേ? *(സൂക്ഷിച്ചു നോക്കി യിട്ട്)* മലയാളിയാണല്ലേ?

നിരഞ്ജൻ : *(എഴുന്നേറ്റിട്ട് താല്പര്യമില്ലാത്ത പോലെ)* എങ്ങനെ മനസ്സിലായി?

പ്രസാദ് : കഫീൽ പറഞ്ഞിരുന്നു പുതിയ ആൾ വരു ന്നുണ്ടെന്ന്. പക്ഷേ മലബാറിയാണെന്നു പറഞ്ഞില്ല. ഇരിപ്പും നടപ്പും നോട്ടവും കണ്ടാൽ പെട്ടെന്ന് മനസ്സിലാകും. *(അടുത്തു വന്നിട്ട്)* അറിഞ്ഞു കൊണ്ടാണോ അബദ്ധം

പറ്റിയാണോ ഈ മസ്രയിൽ എത്തിയത്?

നിരഞ്ജൻ : അബദ്ധം പറ്റിയതാണ്. കഫീലിന്റെ വാഹന ത്തിൽ കേറുമ്പോൾ നഗരത്തിലെ വൃത്തിയും വെടിപ്പുമുള്ള ഒരു വില്ലയും കൺസ്ട്രക്ഷൻ കമ്പനിയുടെ ഓഫീസ് റൂമും ആയിരുന്നു മനസ്സിൽ. യാത്രയ്ക്കിട യിൽ ക്ഷീണം കാണ്ട് ഞാനൊന്നു മയങ്ങി പ്പോയി. എവിടേക്കാണ് പോകുന്നതെന്ന് അറിഞ്ഞില്ല. കാർ ഉലഞ്ഞപ്പോൾ ഹെഡ് ലൈറ്റിന്റെ വെളിച്ചത്തിൽ മണൽ പറക്കു ന്നതു കണ്ടപ്പോളാണ് മനസ്സിലായത് മരുഭൂ മിയിലെ ഏകാന്തതടവുകാരനായി ഞാൻ മാറിയെന്ന്.

പ്രസാദ് : നാട്ടിൽ എന്തായിരുന്നു പണി?

നിരഞ്ജൻ : ഓട്ടോ ഡ്രൈവർ. സിവിൽ എഞ്ചിനിയറിംഗ് പാസ്സായതാ.

പ്രസാദ് : അതൊക്കെ കൈയിലിരിക്കട്ടെ... കിട്ടുന്ന പണി ചെയ്യുന്നതിലാ കാര്യം.

നിരഞ്ജൻ : *(നിരാശയോടെ)* കൺസ്ട്രക്ഷൻ കമ്പനി യുടെ വിസയാണെന്നാണ് ട്രാവൽ ഏജന്റ് പറഞ്ഞത്. പെട്ടെന്ന് കേറി വരണ്ടതു കൊണ്ട് മറ്റൊന്നും നോക്കിയില്ല. ഒന്നും ആലോചിച്ചതുമില്ല.

പ്രസാദ് : മസ്രകളിൽ മിക്കവരും എത്തിപ്പെടുന്നത് ഇങ്ങനെയാണ്. പക്ഷേ, താല്പര്യത്തോടെ വരുന്നവരുമുണ്ട്.

നിരഞ്ജൻ : പേരെന്താണ്?

പ്രസാദ് : പ്രസാദ് ഫ്രം നെടുമങ്ങാട്.

നിരഞ്ജൻ : ഇവിടെ എന്താണു ജോലി?

പ്രസാദ് : മസ്രകളിലക്ക് ടാങ്കറിൽ വെള്ളം കൊണ്ടു പോകുന്ന പണി. ആദ്യം കിട്ടിയത് മസ്രയിൽ

ഒട്ടകങ്ങളെ നോക്കുന്ന പണിയായിരുന്നു. പതിനഞ്ചു കിലോമീറ്ററോളം ദൂരെ മരുഭൂമിയിലൂടെ നടന്ന് ഒട്ടകങ്ങളെ മേയ്ക്കണം. പിന്നെ അവിടുന്നു ചാടി. ഹെവി ഡ്രൈവിംഗ് അറിയാവുന്നതുകൊണ്ട് ഈ പണി കിട്ടി.

നിരഞ്ജൻ : ശമ്പളം ?

പ്രസാദ് : തരക്കേടില്ല. ഞാനിവിടെ വന്നിട്ട് എട്ടു വർഷമായി. കുറച്ചു സ്ഥലം വാങ്ങി, വീടുവച്ചു, രണ്ടു സഹോദരിമാരെ കെട്ടിച്ചയച്ചു. അതൊക്കെ എന്റെ ഉറച്ച തീരുമാനം കൊണ്ട് സംഭവിച്ചതാണ്.

നിരഞ്ജൻ : പക്ഷേ എനിക്ക് ഇവിടവുമായി പൊരുത്തപ്പെടാൻ കഴിയുന്നില്ല. *(അപേക്ഷിക്കുന്നു)* ഇവിടുന്നൊന്നു രക്ഷപെടുത്താമോ?

പ്രസാദ് : പേര് എന്താണെന്നു പറഞ്ഞില്ല.

നിരഞ്ജൻ : നിരഞ്ജൻ.

പ്രസാദ് : നിരഞ്ജൻ, എന്നോട് ഇതുപോലെ പലരും ആവശ്യപ്പെട്ടിട്ടുണ്ട്. ചിലരെ രക്ഷപെടുത്തിയിട്ടുമുണ്ട്. പക്ഷേ, നിന്നെ ഇവിടുന്ന് രക്ഷപെടുത്തില്ല. നീ ഇവിടെ ജോലി ചെയ്ത് ജീവിതത്തിൽ രക്ഷപെടേണ്ടവനാണ്. നീ വിചാരിക്കുന്ന പോലെയല്ല ഇവിടെ. ഉദ്ദേശിച്ചുവന്ന കാര്യം സാധിക്കണമെങ്കിൽ ഇവിടവുമായി പൊരുത്തപ്പെട്ടേ പറ്റൂ. മറ്റെന്തെങ്കിലും സാധ്യത വരട്ടെ. കിട്ടിയ തൊഴിൽ ആത്മാർത്ഥമായി ചെയ്യാൻ നോക്ക്.

(നിരഞ്ജൻ ആലോചിക്കുന്നു)

നിരഞ്ജൻ : കഫീൽ എങ്ങനെയുണ്ട്?

പ്രസാദ് : അത് നീ കണ്ടും അനുഭവിച്ചും അറിയേണ്ടതാണ്. നമ്മൾ അറിഞ്ഞിട്ടില്ലാത്ത സത്യങ്ങൾ സത്യങ്ങളായിത്തന്നെ ഇവിടെയുണ്ട്.

മസ്രയിലെ ജീവിതം കണ്ണീരും കഷ്ടപ്പാടും ദുരിതവും നിറഞ്ഞതെന്നാണ് നമ്മൾ കേട്ടിട്ടുള്ളത്. നമ്മൾ വിചാരിച്ചാൽ അതൊക്കെ പഴങ്കഥകളായി മാറും. അതൊക്കെ കേട്ട് ദു:ഖിക്കുന്നതും സഹതപിക്കുന്നതും സ്പോൺസറെ ശപിക്കുന്നതും നമ്മൾ മലയാളികൾ മാത്രമാണ്. മസ്രയിലെത്തുന്ന തൊഴിലാളികൾക്ക് ചെയ്യേണ്ട ജോലി പഠിപ്പിച്ചു കൊടുക്കുന്ന കഫീലിനെ ഭീതിയോടെ കാണരുത്. നല്ലതു കൊടുത്താൽ നല്ലത് തിരിച്ചു കിട്ടും. അല്ലെങ്കിലോ... ?

(നിരഞ്ജൻ വീണ്ടുവിചാരം വന്ന പോലെ നിൽക്കുന്നു.)

പ്രസാദ് : കഫീലിനെക്കുറിച്ച് ചോദിച്ചല്ലോ. കഫീൽ ഏതു സ്വഭാവക്കാരനും ആയിക്കൊള്ളട്ടെ. നമ്മുടെ പ്രവൃത്തി എങ്ങനെയാണോ അതിന്റെ ഫലമാണ് കഫീലിൽ നിന്ന് പ്രതീക്ഷിക്കേണ്ടത്. ലോകത്ത് എവിടെ ആയിരുന്നാലും നമ്മൾ എങ്ങനെ ആകണമെന്ന് നമ്മൾ തന്നെ തീരുമാനിക്കണം. ഗൾഫിൽ എത്തുന്നവർക്ക് ആദ്യമൊക്കെ വീടുവിട്ടതിന്റെ വിഷമം കാണും. പ്രത്യേകിച്ച് മസ്രകളിൽ. പതുക്കെ എല്ലാം മാറിക്കോളും. ഞാൻ പോകുന്നു. ഇനി വെള്ളം തീരുമ്പോൾ വരും. നിനക്ക് ടൗണിൽ നിന്ന് എന്തെങ്കിലും വേണമെങ്കിൽ പറഞ്ഞാ മതി, വാങ്ങിക്കൊണ്ടു വരാം.

(നിരഞ്ജൻ ചിന്തിച്ചു കൊണ്ട് അകലെ മരുഭൂമിയിലേക്കു നോക്കി നിൽക്കുന്നു. പ്രസാദ് പുറത്തു പോയി ടാങ്കർ സ്റ്റാർട്ട് ചെയ്ത് പോകുന്നു)

... LIGHT OFF ...

രംഗം- 9

(മസ്രം. നിരഞ്ജൻ രാത്രിയിൽ ഒരു പാറയുടെ മേൽ നിഴൽരൂപം പോലെ ഇരുന്ന് അകലെ മരുഭൂമിയുടെ അറ്റത്തേക്കു നോക്കിക്കൊണ്ടിരിക്കുന്നു. ഏകാന്തതയുടെ പിരിമുറുക്കം അസഹ്യമാം വിധം അനുഭവിച്ചു കൊണ്ട് അച്ഛന്റെയും അമ്മയുടെയും ഗായത്രിയുടെയും രൂപത്തിലേക്കും ഭാവത്തിലേക്കും ശബ്ദത്തിലേക്കും നിരഞ്ജൻ പോകുന്നു. ഒട്ടകങ്ങളുടെ കരച്ചിൽ കേൾക്കുമ്പോൾ നിരഞ്ജൻ ചിന്തയിൽ നിന്നുണർന്ന് ഒട്ടകങ്ങളുടെ അടുത്തേക്കു പോകുന്നു)

നിരഞ്ജൻ : *(ഒട്ടകങ്ങളോട്)* ഇതല്ലേ ശരിക്കും ഏകാന്തത? ശ്മശാന സമാനമായ ഏകാന്തത. ഞാനിവിടെ എന്നോടല്ലാതെ ആരോടു സംസാരിക്കാനാണ്... ? പിന്നെയുള്ളത് നിങ്ങൾ... ഇനിയിപ്പോൾ നിങ്ങൾ കേൾക്കുക... എനിക്കൊരു തീരുമാനമെടുത്തേ പറ്റൂ. ഞാനൊരു തീരുമാനമെടുത്തു. എനിക്കു ചുറ്റും ഞാൻ സ്വയം തീർത്ത ഏകാന്തതയുടെ മതിൽ ഞാനിതാ തകർക്കുന്നു.

(പ്രഭാതത്തെ സൂചിപ്പിക്കുന്ന പ്രകൃതിയിലെ ചില ശബ്ദങ്ങൾ കേൾക്കുന്നു. ചുവരിൽ തൂക്കിയിട്ടിരിക്കുന്ന അരിവാൾ എടുത്തുകൊണ്ട് നിരഞ്ജൻ പുറത്തേക്കു പോകുന്നു. വെയിൽ പരക്കുന്നു. ഒട്ടകങ്ങളുടെ കരച്ചിൽ കേട്ടുകൊണ്ട് നിരഞ്ജൻ പുറത്തു നിന്ന് ഓടി വരുന്നു. മുഷിഞ്ഞ വർക്കിംഗ് ഡ്രസ്സാണ് വേഷം. ഒട്ടകങ്ങളോട് സംസാരിച്ചുകൊണ്ടാണ് വരുന്നത്)

നിരഞ്ജൻ : ആരും കരയണ്ട. നിങ്ങൾക്കുള്ള പുല്ല് അറുത്തു വയ്ക്കുകയായിരുന്നു. പ്രിയപ്പെട്ട കൂട്ടുകാരേ, നിങ്ങൾക്കുള്ള മീൽസ് റെഡി... നിങ്ങളുടെ ജീവിതത്തിന്റെ ഉപകഥയിൽ പ്രവേശിച്ച എനിക്ക് സംസാരിക്കാൻ ഇപ്പോൾ നിങ്ങളുണ്ട്. ഇത് നമ്മുടെ

സാമ്രാജ്യമാണ്. ഇവിടെ അധിപനില്ല. പ്രതികൂല സാഹചര്യങ്ങളിൽ നിന്നുകൊണ്ട് യഥാർത്ഥ സാധ്യതകൾ ഞാൻ തിരിച്ചറിയുന്നു. വിഷാദം ദുർബലമായ മാനസികാവസ്ഥയും യാതനകൾ താല്ക്കാലികവുമാണ്. ഈ ഭൂമിയിലെ നിത്യ ജീവൻ ആസ്വദിക്കാൻ ഞാൻ നിങ്ങളോടൊപ്പം ചേരുന്നു.

(നിരഞ്ജൻ ചടുലമായി മസ്രയിലെ ജോലികൾ ചെയ്യുന്നു. പുറത്തു നിന്നു വന്ന്, നിരഞ്ജന്റെ പ്രവൃത്തികൾ കണ്ടു നിന്ന അഹമ്മദ് നിറഞ്ഞ ചിരിയോടെ അടുത്തേക്കു വരുന്നു)

അഹമ്മദ് : ഗുഡ്മോണിംഗ് നിറഞ്ചൻ. നിനക്ക് വലിയൊരു മാറ്റം കാണുന്നു.

(നിരഞ്ജൻ പ്രവൃത്തി നിർത്തിയിട്ട് അഹമ്മദിനെ നോക്കുന്നു. അഹമ്മദ് ശിരോവസ്ത്രത്തിന്റെ (ഗോത്ര) അഗ്രമെടുത്ത് നിരഞ്ജന്റെ നെറ്റിയിലെ വിയർപ്പ് തുടയ്ക്കുന്നു. നിരഞ്ജൻ അത്ഭുതത്തോടെ നോക്കുന്നു)

അഹമ്മദ് : നിനക്ക് പൊരുത്തപ്പെട്ടു വരാൻ ഒരു മാസം വേണ്ടി വന്നു. അത് ചെറിയൊരു കാലമാണ്. നീ വന്ന ദിവസത്തെ പിരാന്ത് കണ്ടപ്പോൾ ഞാൻ വിചാരിച്ചു ആകെ കുഴപ്പമായെന്ന്. നീ ഇവിടെ തുടരുമോ എന്നു ഞാൻ സംശയിച്ചു.. പക്ഷേ... എന്നെ അത്ഭുതപ്പെടുത്തിക്കൊണ്ട് നീ ഒരു മിടുക്കനായിരിക്കുന്നു.

(അഹമ്മദ് നിരഞ്ജന്റെ കൈയിൽ വില കൂടിയ മൊബൈൽ ഫോൺ കൊടുക്കുന്നു)

അഹമ്മദ് : ഇത് നിനക്കായി വാങ്ങിയ ഫോൺ ആണ്. അതിലുള്ള സിം കാർഡ് ചാർജ് ചെയ്തിട്ടുണ്ട്. വീട്ടിലേക്ക് ഒന്നു വിളിച്ചു നോക്ക്

(നിരഞ്ജൻ ഫോണിൽ കൗതുകമായി നോക്കിയിട്ട് ഡയൽ ചെയ്യുന്നു. രണ്ടു മൂന്ന് ബെല്ലുകൾക്കു ശേഷം 'ഹലോ' എന്നു കേൾക്കുന്നു. മറുതലയ്ക്കൽ ഗായത്രിയാണ്)

നിരഞ്ജൻ : *(വൈകാരികമായി)* ഗായത്രീ, വിളിക്കാൻ താമസിച്ചത് മനഃപൂർവ്വമല്ല. വന്നയുടനെ

വിളിച്ചിരുന്നു. അച്ഛനുമായി സംസാരിക്കാൻ തുടങ്ങിയപ്പോൾ കട്ടായി. റെയ്ഞ്ചില്ലാത്ത സ്ഥലമാണ്. അച്ഛനും അമ്മയും എവിടെ? അതേയോ? ജോലിക്ക് കയറി. പക്ഷേ, ഒട്ടക ഫാമിലാണ്. മരുഭൂമിയിൽ. വിജനമായ സ്ഥലം. നീ വിഷമിക്കരുത്. ഞാൻ വന്നു പെട്ട സ്ഥലത്തെക്കുറിച്ച് ആരോടും പറയണ്ട. ഇവിടെ നിൽക്കാൻ പറ്റുമോന്നു നോക്കട്ടെ. ആദ്യമൊക്കെ ഫാമിന്റെ ഉടമസ്ഥനെ ഭയമായിരുന്നു. ആൾ അത്ര വലിയ പ്രശ്നക്കാരനല്ലെന്നു തോന്നുന്നു. അതെ... നീ പറഞ്ഞപോലെ പിടിച്ചു നിൽക്കാൻ നോക്കാം. എന്നാലും വീടുവിട്ടു പോന്നതിന്റെ വിഷമമുണ്ട്. അതെ, ഒത്തിരി കാര്യങ്ങൾ ചെയ്തു തീർക്കാനുണ്ട്. ഇല്ലില്ല... കുറച്ചു ദിവസം നോക്കട്ടെ... ഒട്ടും പറ്റുന്നില്ലെങ്കിൽ തിരിച്ചു വരാം. ശരി. *(ഫോൺ കട്ടാകുന്നു)*

അഹമ്മദ് : ആരായിരുന്നു ഫോണിൽ?

നിരഞ്ജൻ : ഭാര്യ.

അഹമ്മദ് : നിനക്ക് സന്തോഷമായോ?

നിരഞ്ജൻ : വളരെയേറെ സന്തോഷം.

(നിരഞ്ജൻ ഉന്മേഷവാനാകുന്നു)

അഹമ്മദ് : *(പ്രസന്നഭാവം)* നിറഞ്ചൻ, നിന്റെ വട്ടൊക്കെ മാറിയോ? *(നിരഞ്ജൻ വിളറി ചിരിക്കുന്നു)* നീ ഇവിടെ വന്നിട്ട് മാസം ഒന്നു കഴിഞ്ഞു. ശമ്പളം വേണ്ടേ? വീട്ടിൽ പണം അയയ്ക്കണ്ടേ?

നിരഞ്ജൻ : *(ജോലി നിർത്തിയിട്ട്)* അയയ്ക്കണം.

അഹമ്മദ് : ബാങ്കിൽ, നീ പോയി അയയ്ക്കുന്നോ അതോ ഞാൻ അയയ്ക്കണോ?

നിരഞ്ജൻ : എങ്ങനെ ആയാലും മതി.

അഹമ്മദ് : എങ്കിൽ ടൗണിലെ ഇൻജാസ് ബാങ്കിൽ നിന്ന് ഞാൻ അയച്ചേക്കാം. അക്കൗണ്ട് നമ്പർ തന്നാൽ മതി. പിന്നെ... അടുക്കളയിൽ സാധനങ്ങൾ തീരുമ്പോൾ പറയണം കേട്ടോ. അതിന് ഒരു കുറവും വരുത്തരുത്. പനിയോ മറ്റെന്തെങ്കിലും ഉണ്ടെങ്കിൽ പറയാൻ മടിക്കരുത്.

നിരഞ്ജൻ : അടുക്കള സാധനങ്ങൾ കുറച്ചു ദിവസത്തേക്കു കൂടിയുണ്ട്. തീരുമ്പോൾ പറയാം.

അഹമ്മദ് : നിനക്ക് ഇവിടെ യാതൊരു ബുദ്ധിമുട്ടും ഉണ്ടാകരുതെന്ന് എനിക്ക് നിർബന്ധമുണ്ട്. എന്തുണ്ടായാലും തുറന്നു പറയണം.

നിരഞ്ജൻ : എനിക്കിപ്പോൾ ബുദ്ധിമുട്ടൊന്നുമില്ല.

അഹമ്മദ് : ഇവിടത്തെ ജീവിതവുമായി പൊരുത്തപ്പെട്ടോ? വെറുതെ ചോദിച്ചെന്നേയുള്ളൂ.

നിരഞ്ജൻ : കടൽ പോലെ പരന്നു കിടക്കുന്ന മരുഭൂമിയും ഒട്ടകങ്ങളെയും കണ്ടപ്പോൾ എനിക്ക് തിരിഞ്ഞോടാനാണ് തോന്നിയത്. എന്നാൽ ഇപ്പോൾ പൊരുത്തപ്പെട്ടു. പുറം ലോകം കാണാത്ത ഏകാന്തതയിലും ഞാൻ സംതൃപ്തനാകുന്നു. ഒട്ടകങ്ങളുടെ മുക്കലും മൂളലും ഒരു ഭാഷയാണ്. അത് എന്റെയും ഭാഷയായി മാറി. ഞാൻ അവരോട് സംസാരിക്കുന്നുണ്ട്.

അഹമ്മദ് : ഒട്ടകങ്ങളെ ഇഷ്ടമായോ?

നിരഞ്ജൻ : അതെ, കോടാനുകോടി മനുഷ്യരുള്ള ലോകത്ത് കൂട്ടുകാരായി വിധിക്കപ്പെട്ട ഈ ഒട്ടകങ്ങൾ എനിക്കു സ്നേഹം തരുന്നു. ഞാൻ അവരുടെ രക്ഷകർത്താവാണെന്ന് അവർ തിരിച്ചറിയുന്നു. ഒരു നിമിഷം എന്നെ കാണാതിരുന്നാൽ അവ കരയും. എനിക്കും അവയെ കാണാതിരിക്കാൻ പറ്റില്ല. ഞാനും

ഒട്ടകമായി മാറിയോ എന്നൊരു സംശയം...
സംശയം വേണ്ട... ഞാനും ഇവരുടെ കൂട്ട
ത്തിൽ ഒരു ഒട്ടകമായി മാറി.

(അഹമ്മദിന്റെ മുഖത്ത് മതിപ്പ് പ്രകടമാകുന്നു)

അഹമ്മദ് : അപ്പോൾ നീ ആത്മാർത്ഥമായി ജോലി ചെയ്യുന്നുണ്ടെന്നും ഒട്ടകകങ്ങളെ സ്നേഹിക്കുന്നുണ്ടെന്നും സമ്മതിക്കേണ്ടി വരുന്നു. എന്നെക്കുറിച്ച് നീ എന്താണ് കരുതിയത്?

നിരഞ്ജൻ : ഒരു ക്രൂരനായിരിക്കുമെന്ന്. അത് എന്റെ മുൻവിധി ആയിരുന്നു. മസ്രയിലെ ജീവിതം മൃഗതുല്യമാണെന്നും മസ്രയുടെ ഉടമസ്ഥർ ക്രൂരന്മാരുമാണെന്നും ഞാൻ വിശ്വസിച്ചിരുന്നു.

അഹമ്മദ് : ഇപ്പോൾ നിനക്ക് എന്തു തോന്നുന്നു?

നിരഞ്ജൻ : ജീവിത പ്രാരാബ്ധങ്ങളുമായി പുറപ്പെടുമ്പോഴും ഞാൻ സ്വപ്നം കണ്ടത് ഒരു വൈറ്റ്കോളർ ജോലി ആയിരുന്നു. അതായിരുന്നു എന്റെ എവർഗ്രീൻ സങ്കല്പം. അതിലൊന്നും കാര്യമില്ലെന്നു മനസ്സിലായി. ലോകത്തെവിടെ ആയാലും ഉത്തരവാദിത്തവും കടമയും ദിശാബോധവും വേണമെന്ന് ഞാൻ തിരിച്ചറിഞ്ഞു. അതിന് എന്നെ പ്രാപ്തനാക്കിയത് അങ്ങയുടെ മഹാമനസ്സും ഈ ഒട്ടകങ്ങളുമാണ്.

അഹമ്മദ് : Good... very good... നിനക്കിപ്പോൾ ഇവിടെ നിന്ന് മടങ്ങി പോകണമെന്നു തോന്നുന്നുണ്ടോ?

നിരഞ്ജൻ : ഇല്ല. ഉടനെ വേണ്ട.

അഹമ്മദ് : നിരഞ്ചൻ, നിന്റെ വീട്ടിലെ കാര്യങ്ങൾ അറിയാൻ ആഗ്രഹമുണ്ട്. അവിടെ എന്തൊക്കെയോ ബുദ്ധിമുട്ടുണ്ടെന്നു ഞാൻ മനസ്സിലാക്കുന്നു. തുറന്നു പറയൂ.

നിരഞ്ജൻ : ബുദ്ധിമുട്ടുകളേ ഉള്ളൂ. വീട്ടിൽ അച്ഛനും അമ്മയും ഭാര്യയുമാണുള്ളത്. സ്വന്തമായി വീടില്ല. വീടുവയ്ക്കാനുള്ള സ്ഥലവുമില്ല. വാടക വീട്ടിലാണ് താമസം. ഉടനെ അത് ഒഴിഞ്ഞു കൊടുക്കുകയും വേണം.

അഹമ്മദ് : *(ആലോചിച്ചിട്ട്)* നിനക്ക് സ്ഥലം വാങ്ങി വീടുവയ്ക്കാനുള്ള തുക ഞാൻ തന്നാൽ സ്വീകരിക്കുമോ?

നിരഞ്ജൻ : *(അവിശ്വസനീയം)* അയ്യോ! അതു വേണ്ട. എനിക്കു ശമ്പളം മാത്രം മതി.

അഹമ്മദ് : നിന്റെ പ്രശ്നങ്ങൾ ഉടനെ പരിഹരിക്കാൻ വേണ്ടി പറഞ്ഞതാ... ശമ്പളത്തിൽ നിന്ന് ഈടാക്കിക്കൊള്ളാം.

നിരഞ്ജൻ : അങ്ങയുടെ സ്നേഹമുള്ള മനസ്സു മാത്രം മതിയെനിക്ക്.

അഹമ്മദ് : പോരാ നിറഞ്ചൻ... നിന്നെ സഹായിക്കണ മെന്ന് എന്റെ മനസ്സു പറയുന്നു.

നിരഞ്ജൻ : അങ്ങ് ഇത്രമേൽ കരുതൽ എനിക്കു തരുന്നത് എന്തുകൊ ണ്ടാണ്?

അഹമ്മദ് : ഒരാളെ കാണുമ്പോൾ അയാൾ എങ്ങനെ യുള്ള ആളാണെന്ന് എനിക്ക് പെട്ടെന്ന് തിരിച്ചറിയാനാകും. ഈ മസ്രയിൽ പല രാജ്യക്കാരായ തൊഴിലാളികൾ പണിക്കു വന്നിട്ടുണ്ട്. മിക്കവരും മടിയന്മാർ. സത്യ സന്ധതയില്ലാത്തവർ. ആത്മാർത്ഥതയി ല്ലാത്തവർ. നീ അങ്ങനെയല്ലെന്ന് എനിക്ക് ബോധ്യമായി... പിന്നൊരു കാര്യം... മുമ്പിവിടെ രണ്ട് മലയാളികൾ ജോലിക്ക് ഉണ്ടായിരുന്നു. അവർ തമ്മിൽ പറയു ന്നതു കേട്ടാണ് ഞാൻ മലയാളം പഠിച്ചത്. അവർക്ക് നിന്നെപ്പോലെ സ്ഥലം മാറി വന്ന വിഷമം ഇല്ലായിരുന്നു.

നിരഞ്ജൻ : നാട്ടിൽ ഇത്തരം ജോലി ചെയ്തിട്ടില്ലാത്ത എനിക്ക് ഈ മസ്ര കണ്ടപ്പോൾ ദുരിതമായി രിക്കുമെന്ന് തോന്നി.

അഹമ്മദ് : *(ഉപദേശം)* മസ്രയിലെ തൊഴിൽ ഇങ്ങ നെയാണ്. അത് നിനക്ക് ചെയ്യാനുള്ള തൊഴിലായി കണ്ട് ആത്മാർത്ഥമായി ചെയ്യുക. അതാണു വേണ്ടത്. നീ അത് ശീലിച്ചു വരുന്നുണ്ട്. ഇവിടെയുള്ള 40 ഒട്ട കങ്ങളിൽ നാലെണ്ണം എന്റെ ഭാര്യയുടേ താണ്. അതിനെ നോക്കുന്നതിന് പ്രത്യേക ശമ്പളമുണ്ട്. രാവിലെയും വൈകിട്ടും ഓരോ മണിക്കൂർ ജോലി ചെയ്താൽ മതി. ഏതായാലും നിന്റെ ശമ്പളം ഉടനെ വീട്ടിലേ ക്ക് അയയ്ക്കുന്നുണ്ട്.

(നിരഞ്ജൻ വിനീത വിധേയനാകുന്നു)

അഹമ്മദ് : *(പുറത്തേക്ക് പോകാനൊരുങ്ങിയിട്ട് മടങ്ങി വരുന്നു)* നിരഞ്ജൻ... ഈ മസ്ര... നിന്നെ ഏല്പിക്കുകയാണ്...

(നിരഞ്ജൻ അവിശ്വസീയമായി അഹമ്മദിനെ നോക്കുന്നു)

അഹമ്മദ് : അതെ... എല്ലാം നിന്റെ സ്വാതന്ത്ര്യം... *(നിരഞ്ജനെ ചേർത്തു പിടിക്കുന്നു)*

... LIGHT OFF ...

രംഗം-10

(നിരഞ്ജൻ മസ്രയുടെ ഒരു ഭാഗത്ത് മണൽക്കാടിലേക്ക് നോക്കി നിൽക്കുന്നു. നിരഞ്ജനെ കണ്ടു കൊണ്ട് ഒട്ടകങ്ങൾ ശബ്ദം പുറപ്പെടുവിക്കുന്നു)

നിരഞ്ജൻ : *(തിരിഞ്ഞു വന്ന് ഒട്ടകങ്ങളോട്)* എല്ലാവർക്കും ആവശ്യത്തിനു മീൽസ് തന്നതാ. ഇനിയാരും കുറച്ചു നേരത്തേക്ക് മിണ്ടിപ്പോകരുത്. എന്റെ നാട്ടിലേക്ക് ഒന്നു വിളിക്കാൻ പോകുവാ. അവിടെ നിങ്ങളെപ്പോലെ തന്നെ പ്രതീക്ഷയോടെ കാത്തിരിക്കുന്ന മൂന്നു പേരുണ്ട്.

(ഒട്ടകങ്ങൾ ശാന്തമാകുന്ന പോലെ. നിരഞ്ജൻ ഫോണെടുത്ത് ഡയൽ ചെയ്യുന്നു)

നിരഞ്ജൻ : ഹലോ... ഹലോ...

OBV ഗായത്രി : ഹലോ... നിരഞ്ജൻ...

നിരഞ്ജൻ : എല്ലാർക്കും സുഖമാണോ? അച്ഛനെവിടെ?

OBV ഗായത്രി : ഉറക്കമാണ്.

നിരഞ്ജൻ : ഇപ്പോളാണോ അച്ഛന്റെ ഉറക്കം? അമ്മയോ?

OBV ഗായത്രി : അടുക്കളയിലാ

നിരഞ്ജൻ : അതു ശരി. അമ്മ എപ്പോഴാണ് അടുക്കളയിൽ നിന്നിറങ്ങുന്നത്? ഫോൺ അമ്മയുടെ കൈയിൽ കൊടുത്തേ. അല്ലെങ്കിൽ വേണ്ട. രണ്ടു പേരെയും പിന്നീട് വിളിച്ചോളാം.

OBV ഗായത്രി : ജോലിയൊക്കെ എങ്ങനുണ്ട്?

നിരഞ്ജൻ : സുഖമാണ്. ഞാൻ വിചാരിച്ചതു പോലുള്ള

കുഴപ്പമില്ല. ഏകദേശം പൊരുത്തപ്പെട്ടു. കഫീൽ നല്ല മനുഷ്യനാണെന്നു തോന്നുന്നു. അദ്ദേഹത്തെ കുറിച്ച് പറയാൻ ഇപ്പോൾ നേരമില്ല. ഫ്രീയാകുമ്പോൾ ഞാനൊരു വോയ്സ് മെസ്സേജിടാം. അപ്പോൾ എല്ലാം നിനക്ക് മനസ്സിലാവും.

(അപ്രതീക്ഷിതമായി ഫോൺ കട്ടാവുന്നു. നിരഞ്ജൻ അസ്വസ്ഥനാകുന്നു. വീണ്ടും ഡയൽ ചെയ്യുന്നു. റിംഗ് കേൾക്കുന്നുണ്ട്)

നിരഞ്ജൻ : ഹലോ... ഗായത്രീ, കട്ടായിപ്പോയി. റയ്ഞ്ച് പോകുന്നുണ്ട്.

(ഒട്ടകം ശബ്ദമുണ്ടാക്കുന്നു)

നിരഞ്ജൻ : ഓ.. അതോ.. ? ഒട്ടകം എന്നെ വിളിക്കുന്നതാണ്. എന്തിനാ നീ വിഷമിക്കുന്നത്? ഒട്ടകങ്ങൾ പാവം ജീവികളാണ്. മനുഷ്യരെക്കാൾ സ്നേഹമുള്ള ജീവി. എനിക്ക് മടിയൊന്നുമില്ല. ഇവിടെ വന്ന് ജീവിതം പഠിച്ചുകൊണ്ടിരിക്കുകയാണ്. പിന്നേ... എന്റെ ശമ്പളം നിന്റെ അക്കൗണ്ടിലേക്ക് അയയ്ക്കുന്നുണ്ടെന്ന് കഫീൽ പറഞ്ഞിരുന്നു. അത് കിട്ടിയോ? അതു ശരി. എത്ര രൂപ ഉണ്ടായിരുന്നു? അൻപതിനായിരമോ? അതെടുത്ത് വാടക കുടിശികയും മറ്റു കടങ്ങളും വീട്ടണം. അച്ഛന്റെ ഓപ്പറേഷനു കടം വാങ്ങിയതിൽ കുറച്ച് തുക കൊടുക്കാൻ പറയണം. നിന്റെ ആവശ്യങ്ങൾക്കും എടുക്കണേ. ങേ.. ! വേറെ തുകയും അയച്ചെന്നോ? വലിയ തുകയോ?

(നിരഞ്ജൻ അവിശ്വസനീയതയോടെ നിൽക്കുന്നു. പുറത്ത് കാർ വന്നു നിൽക്കുന്ന ശബ്ദം. നിരഞ്ജൻ തിരിഞ്ഞു നോക്കുമ്പോൾ അഹമ്മദ് ആയാസപ്പെട്ട് ഒരു വലിയ ചാക്ക് കെട്ടുമായി വരുന്നു. നിരഞ്ജൻ ഓടിച്ചെന്ന് അത് ഏറ്റുവാങ്ങുന്നു)

അഹമ്മദ് : പലചരക്ക് സാധനങ്ങളാണ്. അടുക്കളയിൽ കൊണ്ടു വയ്ക്ക്.

(നിരഞ്ജൻ അടുക്കളയിൽ കൊണ്ടു വച്ചിട്ട് മടങ്ങിവരുന്നു)

നിരഞ്ജൻ : അങ്ങ്... എന്തിനാണ് എനിക്കു വേണ്ടി ഇത്രമേൽ കഷ്ടപ്പെടു ന്നത്?

അഹമ്മദ് : ഇതൊക്കെ പിന്നെ ആരു വാങ്ങിക്കൊണ്ടു വരും? നീ ടൗണിൽ പോകുന്നില്ലല്ലോ.

നിരഞ്ജൻ : അങ്ങ് അനുവദിക്കുമെങ്കിൽ... ഇനി മുതൽ ഞാൻ പോയി വാങ്ങിക്കൊള്ളാം. അങ്ങ് ബുദ്ധിമുട്ടണ്ട.

അഹമ്മദ് : എന്തു ബുദ്ധിമുട്ട്? ഏതു കാര്യമായാലും ബുദ്ധിമുട്ട് ആകണോ വേണ്ടയോ എന്ന് നമ്മളല്ലേ തീരുമാനിക്കുന്നത്? നിനക്ക് ടൗണിൽ പോകാൻ അനുവാദമെന്തിന്? ആവശ്യമുള്ളപ്പോൾ പോകാമല്ലോ.

അഹമ്മദ് : *(വിഷയം മാറ്റിയിട്ട്)* നമ്മുടെ ഒട്ടകങ്ങൾ നല്ല ആരോഗ്യത്തോടെയാണ് ജീവിക്കു ന്നത്. അവയ്ക്കെല്ലാം ഒരു പ്രത്യേക ഉണർവുണ്ട്. ഒരു ഒട്ടകക്കുഞ്ഞും ജനിച്ചിട്ടുണ്ട്.
അതൊക്കെ നീ വന്നതിനു ശേഷമാ. നിന്റെ ഐശ്വര്യമാ. നജ്റാനിൽ മസ്രക്കാ ർക്ക് ഒട്ടകങ്ങളുടെ ഓട്ടമത്സരം വലിയ ആവേശമാണ്. നമ്മുടെ ഏറ്റവും മിടുക്ക നായ ഒട്ടകത്തെ ഇത്തവണ മത്സരത്തിൽ പങ്കെടുപ്പിക്കണം. സമ്മാനം കിട്ടുന്നത് നിന്റെ മിടുക്കു പോലിരിക്കും. ഇരുപതിനാ യിരം റിയാ ലാണ് സമ്മാനത്തുക. ഇന്ത്യൻ മണി നാലു ലക്ഷം വരും.

നിരഞ്ജൻ : അതിന് ഒട്ടകത്തെ പരിശീലിപ്പിക്കാൻ എനി ക്കറിയില്ലല്ലോ.

അഹമ്മദ് : അതു ഞാൻ പറഞ്ഞു തരാം. പണ്ടൊക്കെ ഒട്ടകത്തിന്റെ മേൽ ആൾ ഇരുന്ന് കടിഞ്ഞാൺ നിയന്ത്രിച്ചായിരുന്നു പരിശീല നവും മത്സരവും. ഉയരവും വണ്ണവും ഉള്ള

ആൾക്കാരായിരുന്നു മത്സരത്തിൽ ഒട്ടക ത്തെ നിയന്ത്രിച്ചിരുന്നത്. ഒട്ടകത്തിന്റെ വേഗത്തിനനുസരിച്ച് ആളുകൾ തെറിച്ചു വീണ് അപകടപ്പെട്ടു. പിന്നെ കമ്പാരറ്റീവിലി ചെറിയ മനുഷ്യരായ എത്യോപ്യക്കാരെ അതിനായി നിയമിച്ചു. പക്ഷേ അവർക്കും അപകടം പറ്റി. അങ്ങനെ ഒട്ടകത്തിനു മേൽ ആളുകൾ ഇരുന്നു കൊണ്ടുള്ള മത്സ രത്തിന് നിയന്ത്രണം വന്നു. കടിഞ്ഞാണി ല്ലാത്ത ഒട്ടകത്തിന് ലക്ഷ്യത്തിലെത്താൻ കഴിയില്ല. പകരം ആ ജോലി ചെയ്യുന്ന മനു ഷ്യന്റെ രൂപത്തിലുള്ള ഇലക്ട്രിക് യന്ത്രം ഒട്ട കത്തിന്റെ തോളിൽ ഘടിപ്പിക്കുന്ന രീതി വന്നു. റിമോട്ട് കൊണ്ടാണ് യന്ത്രം പ്രവ ർത്തിക്കുന്നത്. യന്ത്രത്തിന്റെ കൈയിൽ ഒരു വടി ഫിറ്റ് ചെയ്തിട്ടുണ്ട്. റിമോട്ടി ലൂടെ ആ വടി ഒട്ടകത്തെ അടിച്ച് ഓടിച്ചു കൊണ്ടേയിരിക്കും.

നിരഞ്ജൻ : അപ്പോൾ കഠിനമായ പരിശീലനം വേണ്ടിവരും. എന്നാലും നമുക്ക് ഒന്നാം സ്ഥാനം നേടണം.

അഹമ്മദ് : ആ വാശി നിന്റെ മനസ്സിലുണ്ടായാൽ മതി. എന്താ റെഡിയല്ലേ?

നിരഞ്ജൻ : ഓകെ...

അഹമ്മദ് : ഏറ്റവും ഇളയവനായ ഒട്ടകമില്ലേ? ആ ചുണക്കുട്ടൻ. അവനെ വേഗത്തിലോടാൻ പഠിപ്പിക്കണം. നന്നായി പരിശീലിപ്പിക്കണം. കടിഞ്ഞാണിനുള്ള യന്ത്രം ഞാൻ വാങ്ങി ത്തരാം.

നിരഞ്ജൻ : ശരി... നമുക്ക് അതിനുള്ള തയ്യാറെടുപ്പു കൾ നടത്താം. അനുസരണയുള്ള ഒട്ടകങ്ങ ളാണ്. ശ്രമിച്ചു നോക്കാം.

അഹമ്മദ് : (നിരഞ്ജന്റെ സ്വകാര്യതയിലേക്കു വന്നിട്ട്) നീ ഇന്ന് വീട്ടിൽ വിളിച്ചോ?

നിരഞ്ജൻ : വിളിച്ചു...

അഹമ്മദ് : എന്നിട്ട്? എന്തൊക്കെയാ വിശേഷങ്ങൾ? അവർക്കൊക്കെ സന്തോഷമായോ?

നിരഞ്ജൻ : ശമ്പളം അയച്ചത് കിട്ടിയെന്നു പറഞ്ഞു. അതെടുത്ത് കടങ്ങളൊക്കെ തീർക്കാൻ ഞാൻ പറഞ്ഞു. പക്ഷേ...

അഹമ്മദ് : ഉം... എന്തു പക്ഷേ ?

നിരഞ്ജൻ : ശമ്പളത്തിനു പുറമേ ഒരു വലിയ തുക കൂടി വന്നിട്ടുണ്ടെന്നു പറഞ്ഞു.

അഹമ്മദ് : *(നിസ്സാരമെന്നോണം)* അത് നിനക്ക് സ്ഥലം വാങ്ങാനാണ്. വീടുവയ്ക്കാനുള്ള പണം പിന്നാലെ അയയ്ക്കാം.

നിരഞ്ജൻ : അതു വേണ്ടായിരുന്നു. ഇത്രയും വലിയ തുക!

അഹമ്മദ് : *(അതിശക്തമായ കോപത്തിൽ)* വേണമെന്നല്ലേ പറഞ്ഞത്.

(അപ്രതീക്ഷിതമായി അടി കിട്ടുന്നതു പോലെ നിരഞ്ജൻ ഞെട്ടുന്നു)

ഞാൻ ആലോചിച്ചിട്ടു മാത്രമേ എന്തെങ്കിലും ചെയ്യൂ. തീരുമാനമെടുത്താൽ അതിൽ മാറ്റമില്ല. എന്റെ മനസ്സിനെ ചോദ്യം ചെയ്യരുത്. നല്ലതെന്നു തോന്നി ചെയ്യുന്നത് വേണ്ടെന്നു പറഞ്ഞാൽ അത് എന്നെ വേദനിപ്പിക്കും. അംഗീകരിക്കാൻ പറ്റത്തില്ലെങ്കിൽ നിനക്ക് ഇവിടം വിട്ടു പോകാം. ഞാനൊരു വിഡ്ഢി ആയിട്ടല്ല അങ്ങനെ ചെയ്തത്.

നിരഞ്ജൻ : ക്ഷമിക്കണം. അങ്ങയുടെ സഹായം ഞാൻ സ്വീകരിച്ചു കൊള്ളാം.

അഹമ്മദ് : യെസ്... ദാറ്റീസ് കറക്ട്.

(അഹമ്മദ്— ശാന്തനാകുന്നു)

അഹമ്മദ് : *(ആർദ്രമായിട്ട്)* നിരഞ്ജൻ... ഞാൻ നിനക്കു വേണ്ടി ചെയ്യുന്നതൊക്കെ എന്റെ മനസ്സാണ്. എന്റെ മനസ്സുനിറയെ എന്റെ മകനാണ്. നിന്നെ കാണുമ്പോഴെല്ലാം ഞാനെന്റെ മകനെ ഓർക്കും. അല്ല, നിന്നിൽ ഞാനെന്റെ മകനെ കാണുന്നു. വേർപാടിന്റെ വേദന നിനക്കു മാത്രമല്ല... മനുഷ്യർ ഉള്ളടത്തെല്ലാം അതുണ്ട്. ഞാനാഗ്രഹിക്കുന്ന ആ സന്തോഷം... ആശ്വാസം... അതെനിക്കു വേണം.

നിരഞ്ജൻ : *(ജിജ്ഞാസ)* അങ്ങയുടെ മകൻ എവിടെയാണ്?

അഹമ്മദ് : പരലോകത്ത്.

നിരഞ്ജൻ : അയ്യോ! എന്തു സംഭവിച്ചതാണ്?

(അഹമ്മദ് മകനെ ഓർക്കുന്നു)

അഹമ്മദ് : എന്റെ വാഹിദ്. അവൻ എല്ലാക്കാര്യത്തിലും ഒന്നാമനായിരുന്നു. ബഹ്റൈനിൽ അവൻ ഉപരിപഠനം നടത്തിക്കൊണ്ടിരിക്കുമ്പോൾ, 2011 ലാണ്, ടൂണീഷ്യയിൽ ഒരു വലിയ കലാപമുണ്ടായി. ജാസ്മിൻ റവലൂഷൻ എന്നു നീ കേട്ടിട്ടുണ്ടോ?

നിരഞ്ജൻ : ഓ.... മുല്ലപ്പൂ വിപ്ലവം! വാർത്തകളിൽ ധാരാളം കേട്ടിട്ടുണ്ട്.

അഹമ്മദ് : പ്രക്ഷോഭത്തിന്റ പേരു കേൾക്കുമ്പോൾ വല്ലാത്ത സുഗന്ധം തോന്നും.

നിരഞ്ജൻ : ഏകാധിപത്യത്തിനെതിരെ ജനങ്ങൾ രാഷ്ട്രീയവും മതപരവും വിശ്വാസപരവുമായ വ്യത്യാസങ്ങളില്ലാതെ നടത്തിയ പ്രക്ഷോഭം.

അഹമ്മദ് : അതെ. ടൂണീഷ്യയിൽ ആരംഭിച്ച് ഈജിപ്തി ലൂടെ പടർന്നു പിടിച്ച് ലിബിയയിലേക്കും യമനിലേക്കും ഒമാനിലേക്കും ബഹ്റൈ നിലേക്കും വ്യാപിച്ച പ്രക്ഷോഭം. അതിന്റെ കാരണമെന്തെന്ന് നിനക്കറിയാമോ?

നിരഞ്ജൻ : ഇല്ല... അത്... അത്രയ്ക്ക് അങ്ങോട്ട് ഓർക്കുന്നില്ല.

അഹമ്മദ് : ഞാൻ ദൃക്സാക്ഷിയൊന്നുമല്ല, വാർത്ത കളിൽ നിന്ന് അറിഞ്ഞതാണ്. ദരിദ്രനായ ഒരു ഇരുപത്തിയാറുകാരൻ കുടുംബം പോറ്റാനായി തെരുവിൽ പഴക്കച്ചവടം നടത്തിയിരുന്നു. പോലീസ് അതു തടഞ്ഞു കൊണ്ട് നിരന്തരം അവനെ വേട്ടയാടി. സഹിക്ക വയ്യാഞ്ഞ് അവൻ ടുണീഷ്യയിലെ ഒരു മുനിസിപ്പൽ ഓഫീസിനു മുന്നിൽ തീ കൊളുത്തി ആത്മഹത്യ ചെയ്തു. പലയിട ങ്ങളിലും പ്രതിഷേധം ആളിക്കത്തി. അതാ ണ് ജാസ്മിൻ റവല്യൂഷൻ ആയി മാറിയത്.

നിരഞ്ജൻ : വയറ്റിപ്പെഴപ്പിനു വേണ്ടി തെരുവിൽ കച്ചവടം ചെയ്തത് അത്ര വലിയ തെറ്റായി രുന്നോ?

അഹമ്മദ് : ഏകാധിപതികൾക്ക് തെറ്റും ശരിയും അറിയേണ്ട കാര്യമില്ലല്ലോ. അടിച്ചമർത്തി യാൽ പോരേ? *(ദുഃഖിതനായിട്ട്)* ആ പ്രക്ഷോഭത്തിൽ എന്റെ വാഹിദും...

(മുഴുമിപ്പിക്കാതെ വിതുമ്പുന്നു. നിരഞ്ജൻ ആശ്വസിപ്പിക്കാൻ ശ്ര മിക്കുന്നു)

അഹമ്മദ് : അന്ന് കേട്ടറിഞ്ഞ ആ സംഭവം ഒരു ചിത്രം പോലെ ഞാനോർക്കുന്നു. പ്രക്ഷോഭം ബഹ്റൈനിലും പൊട്ടിപ്പുറപ്പെട്ടു. ഒരു ദിവസം നഗരം പെട്ടെന്ന് നിശ്ചലമായി. റോഡുകൾ വിജനമായി. തെരുവുകളെല്ലാം സിവിലിയൻസ് കൈയടക്കി.

(അഹമ്മദ് ഭീതിദമായി ആ ഓർമ്മയിലേക്കു പോകുന്നു. പ്രകാശം മങ്ങുന്നു)

(പ്രകാശം പരക്കുമ്പോൾ ബഹ്റൈനിലെ ഒരു തെരുവ്. വിജനമായ തെരുവിൽ കടകമ്പോളങ്ങൾ അടഞ്ഞുകിടക്കുന്നു. ആയുധ ധാരികളായ പോലീസുകാർ റൂട്ട് മാർച്ച് നടത്തുന്നു. റോഡിലൂടെ വാഹിദ് നടന്നു വരുന്നു. തെരുവിലെ നിശ്ചലാവസ്ഥ കണ്ട് യാതൊന്നുമറിയാതെ വാഹിദ് സ്തംഭിച്ചു നിൽക്കുന്നു. പോലീസ് വാഹിദിനെ സംശയിച്ച് പിടികൂടുന്നു. അതേസമയം, അകലെ നിന്ന് കലാപകാരികൾ കൂട്ടത്തോടെ വന്ന് പോലീസുമായി ഏറ്റുമുട്ടുന്നു. അതൊരു കലാപമായി മാറുന്നു. ചിലർ മരിച്ചു വീഴുന്നു)

അഹമ്മദ് : *(തേങ്ങൽ)* മരിച്ചു വീണവരിൽ വാഹിദും ഉണ്ടായിരുന്നു.

നിരഞ്ജൻ : പ്രശ്നമുള്ള സ്ഥലത്തേക്ക് വാഹിദ് പോയത്...

അഹമ്മദ് : അവൻ തെരുവിലെ കടകളിൽ സാധനങ്ങൾ വാങ്ങാൻ പോകുമായിരുന്നു. അപകടമറിയാതെ കടയിൽ പോയതായിരിക്കാം. ഏതായാലും അവൻ നഷ്ടമായില്ലേ?

(പറഞ്ഞു തീരുമ്പോഴേക്കും അഹമ്മദ് അസ്വസ്ഥനാകുന്നു. നിരഞ്ജൻ ആശ്വസിപ്പിക്കാൻ ശ്രമിക്കുന്നു)

അഹമ്മദ് : അവൻ പരലോകത്തേക്കു പോയ കാര്യം അവന്റെ ഉമ്മി ഇതുവരെ വിശ്വസിച്ചിട്ടില്ല. അവൾ സംസാരിക്കുന്നു, ചിരിക്കുന്നു, ജീവിക്കുന്നു.

നിരഞ്ജൻ : ഈ ദുഃഖം എങ്ങനെ താങ്ങുന്നു? ഞാൻ എന്താണ് പറയേണ്ടത്?

അഹമ്മദ് : ഞങ്ങൾക്ക് ഒരേയൊരു മകനേ ഉണ്ടായിരുന്നുള്ളു. അള്ളാഹു പിന്നെ മക്കളെ തന്നില്ല.

നിരഞ്ജൻ : ഇതൊക്കെ താങ്ങാൻ കഴിയുന്നത് അങ്ങയുടെ മഹത്വമായി ഞാൻ കാണുന്നു.

അഹമ്മദ് : അള്ളാഹ് ഖരിം. അള്ളാഹ് എല്ലാം അറിയുന്നവനാണ്. അള്ളാഹ് തന്നു... തിരിച്ചെ

ടുത്തു. കുല്ലു നഫ്സിൻ ദാഇക്ക ത്തുൽ മൗത്ത്... എല്ലാ ജീവജാലങ്ങളും മരണപ്പെടും. ദുഃഖം ഹൃദയത്തിലേറ്ററുത്. അതാണ് പ്രമാണം. എന്റെ മകന്റെ ഓർമ്മകൾ ദുഃഖിപ്പിക്കാറുണ്ട്. അന്ന് എയർപോർട്ടിൽ വന്നിറങ്ങിയ നിന്നെ കണ്ടപ്പോൾ എന്റെ മകനെ ഓർത്ത് ഞാൻ സന്തോഷിച്ചു. വാഹിദ് ബഹ്റൈനിൽ നിന്ന് അവധിക്ക് വരുന്നതുപോലെ... അതുപോലൊരു സന്തോഷമായിരുന്നു... ദുഃഖഭാരം കുറയ്ക്കാൻ അള്ളാഹ് എന്റെ മുന്നിൽ അവതരിപ്പിച്ചതാണ് നിന്നെ.

(നിരഞ്ജന്റെ അടുത്തുവന്ന് രണ്ടു കൈകളിലും പിടിച്ചു കുലുക്കിക്കൊണ്ട്)

വാഹിദ് നിന്നെപ്പോലെ തന്നെയാണ്. നീ വാഹിദ് തന്നെയാണ്. നിന്നെ കാണുമ്പോൾ വാഹിദിനെയാണു കാണുന്നത്.

(നിരഞ്ജന് വാക്കുകൾ കിട്ടാതെ നിൽക്കുന്നു)

അഹമ്മദ് : അവന്റെ ഒരു വിളി കേൾക്കാനായി പലപ്പോഴും കൊതിക്കാറുണ്ട്.

(അഹമ്മദ് നടന്ന് വശത്തേക്കു മാറുന്നു)

നിരഞ്ജൻ : (പിന്നിൽ നിന്ന് വിളിക്കുന്നു) ബാബാ.....

(അഹമ്മദ് ഒരു വെളിപാടിന്റെ സന്തോഷത്തിൽ നടന്നുവന്ന് നിരഞ്ജനെ ആലിംഗനം ചെയ്യുന്നു. അഹമ്മദും നിരഞ്ജനും സന്തോഷത്തിന്റെ പാരമ്യത്തിലെത്തുന്നു. പ്രകാശം മങ്ങുന്നു. പ്രകാശം തെളിയുമ്പോൾ സന്തോഷ സൂചകമായി ചടുലമായ അറബി നൃത്തം/ സൂഫി നൃത്തം/ ബെല്ലി ഡാൻസ്/ അറബി സംഗീത സദസ്സ് ഏതെങ്കിലുമൊന്ന് അഹമ്മദിന്റെ മനസ്സിലൂടെ കടന്നു പോകുന്നു)

അഹമ്മദ് : *(ഉന്മേഷത്തോടെ)* നമുക്ക് ടൗണിലൊന്നു പോകാം. ഡ്രസ്സ് ചെയ്ഞ്ച് ചെയ്ത് വരൂ.

നിരഞ്ജൻ : എന്താ പ്രത്യേകിച്ച്?

അഹമ്മദ് : പെരുത്ത സന്തോഷം. നീയും എനിക്കൊപ്പം

വേണം. ടൗണിൽ നിനക്കായി ഒരു റൂം എടു ത്തിട്ടുണ്ട്. അത് കാണിച്ചു തരാം. നീ ഇനി രാത്രിയിൽ അവിടെ ഉറങ്ങിയാൽ മതി. ഫുഡും അവിടെ കഴിക്കാം.

നിരഞ്ജൻ : എന്തിന്... ? ഞാൻ ഇവിടെ കഴിഞ്ഞോളാം.

അഹമ്മദ് : *(മുന്നറിയിപ്പിന്റെ ശബ്ദത്തിൽ)* നിരഞ്ജൻ...

നിരഞ്ജൻ : ഓ... ശരി.

അഹമ്മദ് : മസ്രയിൽ നൈറ്റ് ഡ്യൂട്ടിക്ക് ഒരു യമനിയെ നിയമിച്ചിട്ടുണ്ട്. അവനു വേണ്ടുന്ന നിർദ്ദേ ശങ്ങൾ നീ കൊടുക്കണം. ബന്ധുവിന്റെ വീട്ടിലോ മറ്റോ പോകാൻ ഇടയ്ക്കൊരു ദിവസം അവൻ ലീവ് ചോദിച്ചിട്ടുണ്ട്. എന്നാ ണെന്നു വച്ചാൽ കൊടുത്തേക്കണം. ഇവിടെ വരാമെന്ന് തീരുമാനിക്കുന്നതിനു മുമ്പ് അവൻ ഏതോ കാര്യം ഏറ്റിരുന്നത്രേ. അവൻ എന്നും വൈകിട്ടു വന്ന് പുലർച്ചേ പോകും. അവന്റെ ഡ്യൂട്ടി സമയം ഞാൻ പറഞ്ഞിട്ടുണ്ട്.

നിരഞ്ജൻ : അപ്പോൾ ഞാൻ എന്നും യാത്ര ചെയ്തു വരണമല്ലോ.

അഹമ്മദ് : നിന്റെ മടി ഇതുവരെ മാറിയില്ലേ? വന്നു പോകുന്നതിനുള്ള ഏർപ്പാടുണ്ടാക്കാം. പിന്നെ ഒരു കാര്യം കൂടി. മസ്രയിലെ ജോലി ക്കാരൻ മുഷിഞ്ഞ വേഷത്തിലേ നടക്കാവൂ എന്ന് ഞാൻ കരുതുന്നില്ല. വൃത്തിയുള്ള വസ്ത്രം ധരിക്കണം. അതൊക്കെ ടൗണിൽ നിന്ന് വാങ്ങാം. ആ... പിന്നെ ഒരു കാര്യം. ക്യാമൽ റെയ്സിനുള്ള സമയമാകുന്നു. അതിന്റെ പേപ്പറുകൾ കൊടുക്കണം.

നിരഞ്ജൻ : അടുക്കളയിലിരിക്കുന്ന പലവ്യഞ്ജനം എന്തു ചെയ്യണം?

അഹമ്മദ് : അത് നമുക്ക് എന്തെങ്കിലും ചെയ്യാം.

(നിരഞ്ജൻ മുറിയിലേക്കു പോകുന്നു. ഈ സമയം അഹമ്മദ് ഒട്ട കങ്ങളോട് കുശലം പറയുന്നു. തിരിഞ്ഞു നോക്കുമ്പോൾ നിരഞ്ജൻ നന്നായി ഡ്രസ്സ് ചെയ്തു വരുന്നു)

അഹമ്മദ് : സുന്ദരനായിരിക്കുന്നു! ഓകെ റെഡിയല്ലേ?

നിരഞ്ജൻ : ഓകെ ബാബാ.

(അഹമ്മദും നിരഞ്ജനും പുറത്തേക്കു പോകുന്നു)

... LIGHT OFF ...

രംഗം-11

(മസ്രയുടെ മുൻ വശത്തെ മുറ്റം. ചാക്കിൽ നിന്ന് തീറ്റയെടുത്ത് ബക്കറ്റിലെ വെള്ളത്തിലിട്ടു കലക്കി മാറ്റി വച്ചിട്ട്, നൈറ്റ് ഡ്യൂട്ടിക്കാരനായ യമനി അകത്തേക്കു വരുന്നു. കാഴ്ചയിൽ മലയാളിയെ പോലെയുള്ള യമനിക്ക് 30 വയസ്സ് തോന്നിക്കും. അകത്തു വന്നിട്ട് ചിതറി കിടക്കുന്ന ചില സാമഗ്രികൾ ഒതുക്കി വയ്ക്കുന്നു. പ്രസാദ് പ്രവേശിക്കുന്നു)

പ്രസാദ് : *(വീപ്പയിൽ മാറി മാറി നോക്കിയിട്ട്)* കഫീലിനെക്കൊണ്ട് ഞാനങ്ങു തോറ്റു. വെള്ളം തീർന്നാലും ഇല്ലെങ്കിലും ഒരു സ്വസ്ഥതയും തരാതെ എന്റെ ഫോണിലേക്ക് ഒരു മിസൈലങ്ങ് വിക്ഷേപിക്കും. എന്റെ പൊന്നോ.... മിസൈലിനെക്കാൾ കടുപ്പമാ ആ വിളിക്ക്.

യമനി : വെള്ളം ഒട്ടുമില്ല...

പ്രസാദ് : ഏതായാലും... വെള്ളവുമായിട്ടല്ല ഞാൻ വന്നത്. കൊണ്ടു വന്നത് ഓരോ ഇടത്ത് കൊടുത്തു തീർന്നു. വെള്ളം തീർന്നെന്നു പറഞ്ഞത് ഒള്ളതാണോന്നു നോക്കാൻ വന്നപ്പോൾ അത് സത്യവുമായി.

യമനി : നിങ്ങൾ സമയം കളയാതെ വെള്ളം കൊണ്ടുവന്ന് നിറയ്ക്കാൻ നോക്ക്. കഫീൽ വരുമ്പോൾ പ്രശ്നമാകും.

പ്രസാദ് : അത് ഞാൻ പറഞ്ഞ് ഒരുക്കിക്കോളാം. അല്ലെങ്കിൽ തിന്നാനും കുടിക്കാനുമുള്ളതെല്ലാം ഒട്ടകത്തിന്റെ തോളിലെ പൂഞ്ഞിനകത്തുണ്ടല്ലോ. അതെടുത്തു വിനിയോഗിക്കട്ടെ. ഷോർട്ടേജ് വരുമ്പോൾ എടുത്തു വിനിയോഗിക്കാനാണല്ലോ ശേഖരിച്ചു വയ്ക്കുന്നത്.

യമനി : മനുഷ്യർ തിന്നാനും കുടിക്കാനും താമസി ച്ചാലും ഒട്ടകങ്ങളുടെ കാര്യം കൃത്യമായിരി ക്കണമെന്നാണ് കഫീലിന്റെ നിർദ്ദേശം.

പ്രസാദ് : ശരിയാണ്. അങ്ങനെ തന്നെ വേണം. രാത്രിയിൽ നീ ഉറക്കമിളച്ചിരുന്ന് അതൊക്കെ ചെയ്യുന്നുണ്ടായിരിക്കും. ആകട്ടെ... രാത്രിയിൽ ഒറ്റയ്ക്കല്ലേയുള്ളു. എല്ലാത്തിനും നല്ല സൗകര്യമല്ലേ? ഇത്തിരി അടിക്കാനൊക്കെ... ?

യമനി : ഏയ്. ഞാൻ കള്ളുകുടിക്കത്തില്ല. കള്ളു കുടിക്കുന്നത് ഹറാമാണ്. ഇവിടെ ശിക്ഷ കഠിനവും. മാത്രമല്ല, നിരഞ്ജൻ ഡ്യൂട്ടിക്കു വരുമ്പോൾ ആദ്യം ചെയ്യുന്നത് ഇവിടം മൊത്തം പരിശോധനയാണ്.

പ്രസാദ് : നിരഞ്ജന്റെ മേൽനോട്ടത്തിൽ കാര്യങ്ങ ളെല്ലാം കൃത്യമായി നടക്കുന്നതു കൊണ്ട് നിനക്ക് ജോലിക്കുറവുണ്ടല്ലോ?

യമനി : എന്ത് ജോലിക്കുറവ്? ഞാൻ ചെയ്യേണ്ടത് ചെയ്യണം. അയാൾക്ക് പ്രൊമോഷൻ കൊടുത്ത് റൂമിലേക്കു മാറ്റിയതു കൊണ്ടാ ണല്ലോ എനിക്കിവിടെ ജോലി കിട്ടിയത്. പക്ഷേ അയാളെന്നോട് കഫീൽ ചമയുന്നത് എനിക്ക് തീരെ പിടിക്കുന്നില്ല.

പ്രസാദ് : അത് നിന്റെ വിഷയമല്ല... നിരഞ്ജന് അതി നുള്ള അർഹതയുണ്ടായിട്ടായിരിക്കും ആ സ്ഥാനം കൊടുത്തത്. ഞാൻ ഇവിടെ വെള്ളം സപ്ലൈ ചെയ്യുന്ന ആൾ മാത്രമാ ണെങ്കിലും കഫീലിന്റെ മനസ്സിൽ എനിക്കു മൊരു സ്ഥാനമുണ്ട്. ആ സ്ഥാനം നീയും നേടിയെടുക്കാൻ നോക്കണം. മര്യാദയേ ആകാവൂ. മര്യാദ മാത്രം.

(യമനി ചെറുതായൊന്നു ഞെട്ടുന്നു)

(നിരഞ്ജൻ പ്രവേശിക്കുന്നു. യമനി ചെറിയ അസ്വസ്ഥതയോടെ വശത്തേക്കു മാറുന്നു)

നിരഞ്ജൻ : *(പ്രസാദിനോട് തമാശയായി)* വെള്ളത്തിന്റെ കാര്യം ഇപ്പോഴും അനിശ്ചിതത്വത്തിലാണോ?

പ്രസാദ് : എന്തു ചെയ്യാനാ? കൊണ്ടു വരുമ്പോൾ ഇവിടെ വെള്ളം ഉണ്ടാവും. കൊണ്ടുവരാത്തപ്പോൾ ഇവിടെയും കാണത്തില്ല.

നിരഞ്ജൻ : *(യമനിയോട്)* ഒരേ സ്ഥലത്ത് ജോലി ചെയ്യുന്ന യമനിയോട് ഇതുവരെ സംസാരിക്കാൻ സാധിച്ചിട്ടില്ല.

യമനി : അതെങ്ങനാ. ഞാൻ വരുമ്പോൾ നിരഞ്ജൻ പോകും. നിരഞ്ജൻ വരുമ്പോൾ ഞാൻ പോകും.

നിരഞ്ജൻ : ഏതായാലും രണ്ടു പേരും ഇവിടുണ്ടല്ലോ. നാളത്തെ ക്യാമൽ റെയ്സിൽ പങ്കെടുക്കാൻ ചില ക്രമീകരണങ്ങൾ ചെയ്യാനുണ്ട്. *(യമനിയോട്)* നമ്മുടെ ചുണക്കുട്ടന് വേണ്ടത്ര പരിചരണം കൊടുക്കണം. *(പ്രസാദിനോട്)* പ്രസാദും കൂടെയുണ്ടാവണം. അത് കഫീലിന്റെ പ്രത്യേക നിർദ്ദേശമാണ്.

യമനി : *(പുകഴ്ത്തൽ)* ചുണക്കുട്ടനായിരിക്കും ഒന്നാം സ്ഥാനം. ഞാൻ ഒരുപാട് ഒട്ടകമത്സരങ്ങൾ കണ്ടിട്ടുണ്ട്. നമ്മുടെ ചുണക്കുട്ടനെ പോലെ ഓടുന്ന ഒട്ടകത്തെ ഞാൻ കണ്ടിട്ടില്ല. നിരഞ്ജന്റെ പരിശീലനം അത്തരത്തിലായിരുന്നു. മത്സരത്തിനെത്തുമ്പോൾ അവനെ ആരും മോഹിച്ചു പോകും. ചോദിക്കുന്ന പണം തന്ന് റാഞ്ചിക്കൊണ്ടുപോകും.

നിരഞ്ജൻ : പല ഗ്രൂപ്പായിട്ട് 600 ഒട്ടകങ്ങളാണ് മത്സരത്തിൽ പങ്കെടുക്കുന്നത്. മത്സരത്തിനു മുമ്പ്

ഫിറ്റ്നസ് ചെക്കിംഗ് ഉണ്ട്. അതിനു ശേഷം ടോക്കൺ നമ്പർ തരും. നമുക്ക് വെളുപ്പിനു പോകണം.

യമനി : മത്സരം കഴിഞ്ഞാലുടൻ എന്നെ വിടണം.

നിരഞ്ജൻ : നീ പൊയ്ക്കോ. കഫീലിനോട് നേരത്തേ ലീവ് ചോദിച്ചതല്ലേ?

(യമനി പ്രവൃത്തിയിൽ വ്യാപൃതനാകുന്നു. നിരഞ്ജനും പ്രസാദും പുറത്തേക്കു പോകുന്നു)

(പ്രകാശം മങ്ങി തെളിയുമ്പോൾ ഒട്ടക മത്സരത്തിന്റെ ദൃശ്യങ്ങളും ആരവങ്ങളും. ചുണക്കുട്ടൻ ഒന്നാം സ്ഥാനം നേടിയതായുള്ള പ്രഖ്യാപനം)

... LIGHT OFF ...

രംഗം -12

(മസ്ര. തൊഴുത്തിലേക്കു നോക്കി നിൽക്കുന്ന അഹമ്മദ്. നിരഞ്ജൻ തിടുക്കത്തിൽ പ്രവേശിച്ച് അഹമ്മദിനെ കെട്ടിപ്പിടിക്കുന്നു)

നിരഞ്ജൻ : അങ്ങനെ ആദ്യമായി ഈ മസ്രയിൽ ഒന്നാം സമ്മാനമെത്തി. അതിന്റെ സന്തോഷത്തിലായിരിക്കും ബാബ അതിരാവിലെ എത്തിയത്. യമനി ഇല്ലാത്തതു കൊണ്ട് ഞാനിവിടെത്തന്നെയുണ്ടായിരുന്നു. മത്സരത്തിന്റെ ക്ഷീണം കൊണ്ട് എഴുന്നേൽക്കാൻ അല്പം താമസിച്ചു.

അഹമ്മദ് : *(അർത്ഥഗർഭമായി സന്തോഷമില്ലാതെ)* എനിക്കറിയാമായിരുന്നു നീ ഇന്ന് വൈകിയേ എഴുന്നേൽക്കുകയുള്ളുവെന്ന്. *(നിരഞ്ജൻ വിളറുന്നു)* അതിനു തക്കതായി ഇവിടെ എന്തോ സംഭവിച്ചുണ്ട് അല്ലേ?

(നിരഞ്ജൻ മനസ്സിലാവാത്ത പോലെ നിൽക്കുന്നു)

നിരഞ്ജൻ : ബാബ എന്താണു പറയുന്നത്? ശബ്ദത്തിലും ഭാവത്തിലും എന്താണൊരു മാറ്റം?

അഹമ്മദ് : ഞാൻ അതിരാവിലെ വന്നത് മത്സരത്തിൽ ജയിച്ചതിനുള്ള സന്തോഷത്തിന് ഇവിടെയൊരു സദ്യയൊരുക്കി നിങ്ങളോടൊപ്പമിരുന്ന് കഴിക്കാനായിരുന്നു.

നിരഞ്ജൻ : *(ആകാംക്ഷ)* അതിനിപ്പോൾ എന്തു സംഭവിച്ചു?

അഹമ്മദ് : വിശ്വസ്തരെന്നു വിചാരിക്കുന്നവർ വഞ്ചിക്കപ്പെടുന്നതു വരെ വിഡ്ഢികളാണ്.

നിരഞ്ജൻ : ബാബ എന്താണു പറഞ്ഞു വരുന്നത്?

അഹമ്മദ് : നീ ആരാണെന്നോ എന്താണെന്നോ ചോദിക്കാതെയാണ് നിന്നെ നെഞ്ചിലേറ്റിയത്.

നിരഞ്ജൻ : അതിന് എന്റെ ഭാഗത്തു നിന്ന് എന്തെങ്കിലുമുണ്ടായോ? എനിക്കൊന്നും മനസ്സിലാവുന്നില്ല. എനിക്കൊന്നും ഊഹിക്കാനും കഴിയുന്നില്ല.

അഹമ്മദ് : നീ ഒന്നും അറിയാത്തവനെപ്പോലെ സംസാരിക്കുന്നു. നിനക്കൊന്നും അറിയില്ല എന്നു ഞാൻ സമ്മതിക്കണം അല്ലേ?

നിരഞ്ജൻ : എന്നെ വിചാരണ ചെയ്യുന്ന പോലെ... ബാബാ പ്ലീസ്... തുറന്നു പറ...

അഹമ്മദ് : നീ തൊഴുത്തിൽ പോയി ഒന്നു നോക്കിയിട്ടു വാ.

(നിരഞ്ജൻ തൊഴുത്തിൽ നോക്കിയിട്ടു വികാരാധീനനായി മടങ്ങി വരുന്നു)

നിരഞ്ജൻ : നമ്മുടെ ചുണക്കുട്ടൻ എവിടെ?

അഹമ്മദ് : അതു തന്നെയാ എന്റെയും ചോദ്യം.

നിരഞ്ജൻ : മത്സരം കഴിഞ്ഞ് അവനെ തൊഴുത്തിൽ കെട്ടിയതാണല്ലോ.

അഹമ്മദ് : യമനി എപ്പോഴാണു പോയത്?

നിരഞ്ജൻ : ഇന്നലെ... മത്സരം കഴിഞ്ഞിട്ട് അവിടെ നിന്നു തന്നെ പോയി.

അഹമ്മദ് : അപ്പോൾ അവനോട് ഒന്നും ചോദിക്കേണ്ടല്ലോ. പിന്നെ ആരാണ് ഉത്തരവാദി?

നിരഞ്ജൻ : എന്തു സംഭവിച്ചെന്ന് ഒരു എത്തും പിടിയും കിട്ടുന്നില്ല.

അഹമ്മദ് : നീയറിയാതെ യാതൊന്നും സംഭവിക്കില്ല. രാത്രിയിൽ പരിചയമില്ലാത്ത ആരെ കണ്ടാലും ഒട്ടകങ്ങൾ കരഞ്ഞ് ബഹളം വയ്ക്കും. അത് നീ അറിഞ്ഞില്ല അല്ലേ?

നിന്റെ അശ്രദ്ധയോ, അതോ ഒട്ടകക്കള്ളന്മാർക്ക് കൂട്ടു നിന്നതോ? വിദഗ്ധമായി മെരുക്കിയെങ്കിൽ മാത്രമേ അതിനെ കടത്താൻ പറ്റുകയുള്ളു. മെരുക്കണമെങ്കിൽ ഇവിടെയുള്ള ആളിന്റെ സഹായം വേണം. അല്ലാതെ ഒട്ടകം പോകില്ല... കള്ളന്മാരെ വക വരുത്തും.

നിരഞ്ജൻ : പല തവണ തൊഴുത്തിൽ പോയി നോക്കിയിട്ടും തീറ്റ കൊടുത്തിട്ടുമാണ് ഞാൻ ഉറങ്ങാൻ പോയത്.

അഹമ്മദ് : എനിക്കു വിശ്വാസമാകുന്നില്ല... ചുണക്കുട്ടൻ ഈ മസ്രയിൽ സാധാരണക്കാരനല്ല. നിന്റെ മിടുക്കുകൊണ്ടാണെങ്കിലും അവൻ ഒന്നാം സ്ഥാനം നേടിത്തന്നവനാണ്.

നിരഞ്ജൻ : അപൂർവ്വ ഇനത്തിൽപെട്ട അവനോട് എനിക്ക് പ്രത്യേകിച്ചൊരു ലാളനയുണ്ടായിരുന്നു.

അഹമ്മദ് : ഞാനിവിടെ ഇവരെ വളർത്തുന്നത് ഇറച്ചിക്കു വേണ്ടിയല്ല. എന്റെ മക്കളെ പോലെയാണ്.

നിരഞ്ജൻ : ഞാൻ കുറ്റക്കാരനാണെന്ന് ഉറപ്പിച്ചു കൊണ്ടാണ് ബാബ സംസാരിക്കുന്നത്. ബാബയുടെ ആഗ്രഹമനുസരിച്ച് നന്നായിത്തന്നെയാണ് അവരെ നോക്കിയിട്ടുള്ളതും നോക്കുന്നതും.

അഹമ്മദ് : *(വ്യസനം)* പിന്നെ എന്റെ ചുണക്കുട്ടൻ എവിടെ? ജനനം മുതൽ മരണം വരെ മരുഭൂമിയിലെ പ്രകൃതി പ്രതിഭാസങ്ങളോട് ഇണങ്ങിച്ചേർന്ന് ജീവിക്കുന്നവരാണ് ഒട്ടകങ്ങൾ. ആ ജീവികൾ തരുന്ന യജമാന സ്നേഹം ബന്ധുക്കൾ പോലും തരാത്തതാണ്. എന്റെ ചുണക്കുട്ടന് എന്തു സംഭവിച്ചെന്നു പറ...

നിരഞ്ജൻ : ഞാൻ തീറ്റിപ്പോറ്റി ലാളിച്ചു വളർത്തിയ അവനെ കാണാതായപ്പോൾ ബാബയെ പോലെ എനിക്കും ദു:ഖമുണ്ട്.

അഹമ്മദ് : ഏതായാലും പോലീസിൽ കംപ്ലെയിന്റ് കൊടുക്കാനുള്ള ഏർപ്പാട് ചെയ്തിട്ടുണ്ട്. നീ കുറ്റം ചെയ്തില്ല എന്നെനിക്ക് ബോധ്യപ്പെടണം... അതിനു വേണ്ടി. നഷ്ടപ്പെടാം... പക്ഷേ സത്യം എനിക്കറിയണം.

നിരഞ്ജൻ : എനിക്കു പേടിയില്ല ബാബാ... കുറ്റം ചെയ്തവരാണു പേടിക്കേണ്ടത്. നിറയെ സ്നേഹം കോരി നിറച്ചിട്ട് നിമിഷം കൊണ്ടു വറ്റിച്ചു കളയുന്നതിന് മനസ്സിൽ പെട്ടെന്നുണ്ടാകുന്ന കൊടും വേനൽ ധാരാളം.

അഹമ്മദ് : മനുഷ്യന്റെയുള്ളിൽ കള്ളത്തരമുണ്ടാകുന്നത് എപ്പോഴൊക്കെയാണെന്നു പറയാൻ പറ്റുമോ? എന്റെ മുൻകാല അനുഭവങ്ങൾ എന്നെ പലതും ഓർമ്മിപ്പിക്കുന്നു. ഇപ്പോൾ നിന്നോടു സംസാരിക്കുന്നതു പോലും നിനക്കൊരു പരിഗണന തന്നതു കൊണ്ടാണ്.

നിരഞ്ജൻ : ബാബയെ ബോധ്യപ്പെടുത്താൻ എന്റെ കൈയിൽ യാതൊന്നുമില്ല...
ഈ വാക്കുകളല്ലാതെ.

അഹമ്മദ് : എങ്ങനെ ആയാലും നഷ്ടം സംഭവിച്ചത് നിന്റെ ഉത്തരവാദിത്ത കുറവാണ്... ഞാനൊന്നു തീരുമാനിച്ചു. തെറ്റിനുള്ള ശിക്ഷയായി, തിക്തമായ അനുഭവത്തിലൂടെ ഇനി നീ ജീവിക്കണം. നിനക്ക് ഞാൻ തന്ന സൗഭാഗ്യങ്ങളൊന്നും തിരികെ ചോദിക്കുന്നില്ല. നാട്ടിലേക്കു കേറ്റി വിടുന്നുമില്ല. റൂം വെക്കേറ്റ് ചെയ്യുകയാണ്. നീയിനി ഇവിടെത്തന്നെ കിടന്നാൽ മതി. നാളെ മുതൽ ഒട്ടകങ്ങളെ മേയ്ക്കാൻ പോകണം. പതിനഞ്ചു കിലോമീറ്റർ അകലെ സമൃദ്ധ

മായി പുല്ലുവളരുന്ന സ്ഥലമുണ്ട്. ഒട്ടകങ്ങളു
മായി രാവിലെ തന്നെ പോകണം, വൈകിട്ട്
മടങ്ങി വരണം. കഴിക്കാനുള്ളതെല്ലാം
കൊണ്ടുപോയിക്കൊള്ളണം.

(നിരഞ്ജൻ വേദനയോടെ ഒട്ടകങ്ങളുടെ അടുത്തേക്കു പോകുന്നു. അഹമ്മദ് സമ്മിശ്ര വികാരത്തോടെ പുറത്തേക്കു പോകുന്നു. പ്രകാശം മങ്ങുന്നു.)

(സായാഹ്നം. പ്രകാശം മങ്ങി തെളിയുമ്പോൾ മസ്രയുടെ വശത്തുള്ള പാറയിൽ ആരെയോ പ്രതീക്ഷിക്കുന്ന പോലെ അഹമ്മദ് ഇരിക്കുന്നു. ഒട്ടകങ്ങളെ മേയ്ച്ച് മടങ്ങി വന്ന നിരഞ്ജൻ പ്രവേശിക്കുന്നു. വിയർത്ത് മുഷിഞ്ഞ് താടിവളർത്തിയ രൂപം)

അഹമ്മദ് : നാല്പത്തൊന്ന് ഒട്ടകങ്ങളയും മടക്കി
കൊണ്ടു വന്നല്ലോ? സോറി ചുണക്കുട്ടനെ
കുറച്ചെണ്ണാൻ മറന്നു.

നിരഞ്ജൻ : മേയ്ക്കാൻ കൊണ്ടുപോയ എല്ലാവരുമുണ്ട്.
കുറവൊന്നുമില്ല. എനിക്ക്... പ്രൊമോഷൻ
തന്നിട്ട് ഒരു മാസം പിന്നിടുന്നു. ബാബ
കരുതിയ പോലെ ഒട്ടകങ്ങളെ മേയ്ക്കു
ന്നത് എനിക്ക് കഠിനമായി തോന്നിയില്ല. ഒറ്റ
യ്ക്കാണെന്ന തോന്നലുമുണ്ടായില്ല. ഇതു
വരെ ഒട്ടകങ്ങളോട് സംസാരിക്കുകയായി
രുന്നു. അവർ അതു കേട്ട് ചിരിക്കുകയും
കരയുകയും ചെയ്തു.

അഹമ്മദ് : കഴുത്തിനു ചുറ്റും സ്വന്തം വിധി എഴുതി
പതിച്ചല്ലേ ഓരോ മനുഷ്യനും ജീവിക്കു
ന്നത്? വിധി അനുകൂലമാകണമെങ്കിൽ
അവരവർ തീരുമാനിക്കണം.

നിരഞ്ജൻ : മരുഭൂമിയിലെ ഈയത്തിളക്കമുള്ള സൂര്യ
താപത്തിനു നേരെ തുറന്നു പിടിക്കാൻ
കഴിയാത്ത കണ്ണുകളും ഉഷ്ണ ജീവിത
ത്തിൽ ഒടുങ്ങിത്തീരേണ്ട ആയുസ്സും മാത്രം
സ്വന്തമായുള്ള എന്റെ വിധി നിശ്ചയിച്ചത്
ബാബയല്ലേ?

അഹമ്മദ് : സൗഭാഗ്യങ്ങളുണ്ടാകുമ്പോൾ ഉത്തരവാദിത്തങ്ങൾ മറന്നതാണ് നിന്റെ തെറ്റ്.

നിരഞ്ജൻ : മഹാ മനസ്കനായ അങ്ങയുടെ മനസ്സിന്റെ നിറം എങ്ങനെയോ മാറിയപ്പോൾ, ഒഴുക്കു വെള്ളത്തിന്റെ ശുദ്ധി പോലെ ജീവിക്കാൻ ശ്രമിച്ച ഞാൻ... കേട്ടറിഞ്ഞ മസ്രയുടെ നേർ ചിത്രം ഇപ്പോൾ വ്യക്തമായി കാണുന്നുണ്ട്. പക്ഷേ... എനിക്ക്... ഇപ്പോൾ ഇതൊന്നും ദുരിതമായി തോന്നുന്നില്ല. എന്തും അനുഭവിക്കാൻ എന്റെ മനസ്സിനിപ്പോൾ കരുത്തുണ്ട്.

അഹമ്മദ് : വിശ്വാസവഞ്ചന ചെയ്യുന്നവരുടെ മനസ്സിന് നല്ല കരുത്താണ്. ഉള്ളിൽ എവിടെയോ കിടക്കുന്ന തെറ്റുകൾ തലപൊക്കുമ്പോൾ അതിനൊപ്പം മനക്കരുത്തുമുണ്ടാകും.

നിരഞ്ജൻ : ഞാൻ ജനിച്ചു വളർന്നത് അങ്ങനെയൊരു അന്തരീക്ഷത്തിലല്ല. തെറ്റുണ്ടെങ്കിൽ സ്നേഹപൂർവ്വം തിരുത്തി തരുന്ന അച്ഛന്റെയും അമ്മയുടെയും മകനാണു ഞാൻ. ഇവിടെ എനിക്ക് സർവ്വസ്വാതന്ത്ര്യം അനുവദിച്ചു തന്നിട്ടുണ്ട്... മറ്റാരുടെയും ശ്രദ്ധയുമില്ല. അതൊക്കെ അവസരമാക്കി എന്തെങ്കിലും ചെയ്യാമെന്ന് ഞാൻ ആലോചിച്ചിട്ടു പോലുമില്ല.

അഹമ്മദ് : പണത്തിനുള്ള അത്യാവശ്യം... അല്ലെങ്കിൽ... ആർത്തി... അത് നിന്നെക്കൊണ്ട് എന്തെങ്കിലും ചെയ്യിച്ചെങ്കിലോ?

നിരഞ്ജൻ : ചെയ്യാത്ത കാര്യം ചെയ്തെന്ന് ഏറ്റു പറഞ്ഞാൽ... ബാബ തൃപ്തനാകും... അപ്പോൾ... കുറ്റവാളിക്കുള്ള ശിക്ഷ വേറെ. ശരി... ഞാനാണ് ആ മോഷണത്തിന് കൂട്ടു നിന്നത്. പോരേ? എനിക്കുള്ള രണ്ടാമത്തെ ശിക്ഷയും തരൂ ബാബാ...

(നിരഞ്ജൻ ദുഃഖിതനായി മുറിയിലേക്കു പോകുന്നു. പ്രസാദ് പ്രവേശിക്കുന്നു)

പ്രസാദ് : *(രഹസ്യമായി)* ഇത്രയും നാൾ അങ്ങ് വിളിക്കുമ്പോൾ മാത്രമാണ് ഞാനിവിടെ വന്നിട്ടുള്ളത്. പക്ഷേ ഇന്നു വിളിക്കാതെ തന്നെ വന്നു.

അഹമ്മദ് : എന്താണ് വിശേഷിച്ച്?

പ്രസാദ് : അങ്ങയിൽ നിന്ന് ഞാൻ ചില പാഠങ്ങൾ പഠിച്ചിട്ടുണ്ട്. മതവും വിശ്വാസങ്ങളും എന്തു തന്നെ ആയാലും പരസ്പരം സ്നേഹിക്കുക... ഉള്ളവൻ ഇല്ലാത്തവനെ സഹായിക്കുക എന്നൊക്കെയുള്ള പാഠങ്ങൾ. വഞ്ചനയോടു സന്ധി ചെയ്യാത്തതും ഞാൻ അങ്ങയിൽ നിന്നു പഠിച്ചതാണ്.

അഹമ്മദ് : നീ വളച്ചുകെട്ടാതെ കാര്യം പറ.

പ്രസാദ് : ഞാനിന്നലെ രാത്രിയിൽ ഒരു കാഴ്ച കണ്ടു. അത്... വെച്ചു താമസിപ്പിക്കാതെ അങ്ങയോടു പറയാൻ വിചാരിച്ചു. പറഞ്ഞില്ലെങ്കിൽ അത് നീതികേടാകും.

അഹമ്മദ് : മുഖവുരയില്ലാതെ കാര്യം പറയൂ.

പ്രസാദ് : ഇവിടെ ഒരു മോഷണം നടന്നു അല്ലേ?

അഹമ്മദ് : അതെ... അതിനെക്കുറിച്ച് വിചാരിച്ചു നിൽക്കുകയായിരുന്നു. *(ക്ഷോഭത്തിൽ)* നിരഞ്ജന്റെ ആസൂത്രണമല്ലേ അത്?

പ്രസാദ് : നിരഞ്ജനോ... ! അങ്ങെന്താണു പറയുന്നത്? നിരഞ്ജൻ അങ്ങനൊന്നും ചെയ്യത്തില്ല. അങ്ങ് എന്തുകൊണ്ടാണ് അങ്ങനെ വിചാരിച്ചത്?

അഹമ്മദ് : പിന്നെ ആരാണ്?

പ്രസാദ് : മസ്രകളിൽ വെള്ളം കൊടുത്തിട്ട് ഇതുവഴി പോകുമ്പോഴാണ് ഞാനതു കണ്ടത്.

ഏകദേശം രണ്ടു മണി ആയിക്കാണും... മസ്രയുടെ വഴിയിൽ നിന്ന് ഒരു വാഹനം പ്രധാന റോഡിൽ കയറി പോകുന്നതു കണ്ടു. അതിൽ ഒരു ഒട്ടകമുണ്ടായിരുന്നു. ടാങ്കറിന്റെ ഹെഡ് ലൈറ്റിന്റെ വെളിച്ചത്തിൽ, അതിലുണ്ടായിരുന്ന നാലഞ്ചു പേരിൽ ഇവിടത്തെ യമനിയെ മാത്രമേ എനിക്കു മനസ്സിലായുള്ളു.

അഹമ്മദ് : നീ പറഞ്ഞത് സത്യമാണോ... ? കണ്ടിട്ടു തന്നെയാണോ? അതോ നീയും നിരഞ്ജനുമായുള്ള ഒത്തുകളിയോ?

പ്രസാദ് : ഒത്തുകളിച്ച് എന്തെങ്കിലും ചെയ്യാൻ എനിക്കോ നിരഞ്ജനോ കഴിയില്ല. ഞങ്ങൾ പാവങ്ങളാണ്. ഞാൻ പറഞ്ഞത് സത്യമാണ്. അങ്ങിത് വിശ്വസിക്കണം.

(അഹമ്മദിന് ഫോൺ കോൾ വരുന്നു. അഹമ്മദ് ഫോണെടുത്ത് വിവരം അറിയുമ്പോൾ കുറ്റബോധത്തിൽ വികാരാധീനനാകുന്നു)

അഹമ്മദ് : പ്രസാദ്... നിരഞ്ജൻ നിരപരാധിയാണ്. അവനെ ഞാൻ സംശയിച്ചു. പോലീസ് സ്റ്റേഷനിൽ നിന്നാണ് വിളിച്ചത്. നിരഞ്ജനോട് എന്തു സമാധാനം പറയും?

പ്രസാദ് : യമനിയെക്കുറിച്ച് നന്നായി കേട്ടിട്ടുണ്ട്. ഞാൻ പോകാറുള്ള മസ്രയിലായിരുന്നു അവന്റെ ജോലി.

അഹമ്മദ് : എന്നിട്ട് നീ എന്താണിത് നേരത്തേ പറയാതിരുന്നത്? പറയൂ, എന്താണവന്റെ ഹിസ്റ്ററി?

പ്രസാദ് : അവനോടൊപ്പം ജോലി ചെയ്തിരുന്ന ഒരു എത്യോപ്യാക്കാരനുമായി ചേർന്ന് ആ മസ്രയിൽ അവൻ ചാരായം വാറ്റി വിറ്റു. അതൊരു വലിയ ബിസിനസ്സായി മാറി. പണം കൂടി വന്നപ്പോൾ അതിന്റെ അവകാശം പറഞ്ഞ് വഴക്ക് പതിവായി.

ഒടുവിൽ പോലീസിന്റെ ശ്രദ്ധയിൽ പെട്ടു. രണ്ടുപേരെയും അറസ്റ്റ് ചെയ്തു. വിചാര ണയ്ക്കു ശേഷം ആറു മാസത്തെ കഠിന തടവിന് ശിക്ഷിച്ചു. പിന്നീട് ഇവിടെ വച്ചാണ് യമനിയെ കാണുന്നത്.

അഹമ്മദ് : എന്നോടിത് നേരത്തേ പറഞ്ഞിരുന്നെങ്കിൽ ഇവിടെ ജോലി കൊടുക്കുമായിരുന്നോ?

പ്രസാദ് : ശിക്ഷ കഴിഞ്ഞിറങ്ങിയതല്ലേ, നല്ലവനാ യിക്കാണുമെന്നു കരുതി. ജീവിച്ചോട്ടേന്ന് വിചാരിച്ചു.

(പ്രസാദ് പുറത്തേക്കു പോകുന്നു. നിരഞ്ജൻ പ്രവേശിക്കുന്നു. അഹമ്മദ് രണ്ടു കൈകളും നിരഞ്ജന്റെ കവിളിൽ ചേർത്തുപിടിക്കു ന്നു)

അഹമ്മദ് : നീ എന്നോടു പൊറുക്കണം. കൊടും ക്രൂര തയാണ് നിന്നോടു ചെയ്തത്.

നിരഞ്ജൻ : ബാബയ്ക്ക് എന്തുപറ്റി?

അഹമ്മദ് : എല്ലാ മൂല്യങ്ങളെയും തകർത്തു കൊണ്ട് നിന്നെ തെറ്റിദ്ധരിച്ചതാണ് എന്റെ തെറ്റ്. അത് തൊടുത്തുവിട്ട അമ്പു പോലെ യായി. സത്യം തിരിച്ചറിഞ്ഞപ്പോഴേക്കും നിന്റെ മനസ്സിൽ മുറിവേല്പിച്ച് ആ അമ്പ് ഏറെ ദൂരം കടന്നു പോയി. തീരുമാനമെടുക്കും മുമ്പ് നിന്റെ ഭാഗത്തു നിന്നു കൂടി ചിന്തിക്കാൻ എനിക്കു കഴിഞ്ഞില്ല.

നിരഞ്ജൻ : ഇപ്പോൾ സത്യം എങ്ങനെ തിരിച്ചറിഞ്ഞു?

അഹമ്മദ് : യമനിയെ പോലീസ് പിടിച്ചു. പോലീസ് സ്റ്റേഷനിൽ നിന്ന് വിളിച്ചിരുന്നു. കണക്കി ലധികം പണവുമായി ഇന്നവനെ ചെക്ക് പോയിന്റിൽ വച്ച് പോലീസ് പിടിച്ചു. ചോദ്യം ചെയ്യലിൽ, ഒട്ടകത്തെ മോഷ്ടിച്ചു വിറ്റ പണമാണെന്ന് അവൻ സമ്മതിച്ചു.

നിരഞ്ജൻ : പക്ഷേ, എന്നെ അപരാധിയാക്കാനും നിര

പരാധിയാക്കാനുമുള്ള നീതിന്യായ കോടതി ബാബയുടെ മനസ്സിലുണ്ടായിരുന്നു.

അഹമ്മദ് : എന്റെ ധാരണകളിൽ ഉറച്ചുനിന്നതു കൊണ്ടാണ് സത്യം അറിയാൻ കാത്തിരിക്കാതെ നിന്നെ ഞാൻ സംശയിച്ചത്.

(അഹമ്മദ് നിരഞ്ജനെ ചേർത്തുപിടിക്കുന്നു. നിരഞ്ജൻ നിർവ്വികാരനായി നിൽക്കുന്നു)

... LIGHT OFF ...

രംഗം - 13

(ദിവാകരന്റെ പുതിയ വീട്. പുതിയതായി വാങ്ങിയ സ്ഥലത്ത് നിർമ്മിച്ച വലിയ വീടിന്റെ സ്വീകരണ മുറി. സാമാന്യം ഭേദപ്പെട്ട മറ്റു സംവിധാനങ്ങളുമുണ്ട്. ദിവാകരൻ മുറിയിൽ പ്രവേശിച്ച് കസേരയിൽ വന്നിരിക്കുന്നു. വീടിന്റെ ഭംഗി ആസ്വദിക്കുന്ന മുഖഭാവം. നല്ല ആരോഗ്യസ്ഥിതിയും ഉന്മേഷവും. പ്രൗഢി തോന്നുന്ന വസ്ത്രധാരണം)

ദിവാകരൻ : *(ഒച്ചത്തിൽ)* ഡീ കമലാക്ഷിയേ, ഡീ... ഒന്നിങ്ങോട്ടു വന്നേ.....

(കമലാക്ഷിയും ഗായത്രിയും അടുക്കളയിൽ നിന്ന് ഓടി വരുന്നു. രണ്ടുപേരുടെയും തിളങ്ങുന്ന വേഷം)

കമലാക്ഷി : പേടിച്ചു പോയല്ലോ... വാല് എത്ര നാള് കൊഴലിലിട്ടാലും എടുക്കുമ്പം വളഞ്ഞിരിക്കും.

ദിവാകരൻ : നായയുടെ വാലെന്ന് പറയാൻ എന്താടീ നിനക്ക് ധൈര്യമില്ലാതെ പോയത്?

കമലാക്ഷി : പേടിച്ചിട്ടാ... ശീലിച്ചു പോയതാ എട്ടു നാടും പൊട്ടെയുള്ള ഈ വിളി. അതു മാറ്റാൻ പറ്റുവോ?മനുഷ്യൻ വെരണ്ടു പോകുമല്ലോ. ഇങ്ങടെ വിളി കേട്ടാൽ തോന്നും ഏതാണ്ട് വയ്യാന്ന്.

ദിവാകരൻ : *(കസേര ചൂണ്ടിക്കാട്ടിയിട്ട്)* നീ ഇവിടിരിക്ക്.

(കമലാക്ഷി ഇരിക്കുന്നു. ഗായത്രി മറ്റൊരു കസേരയിൽ ഇരുന്ന് മേശപ്പുറത്തിരിക്കുന്ന പി.എസ്.സി ഗൈഡ് തുറന്നു നോക്കുന്നു. ദിവാകരൻ ഗൈഡിലേക്ക് നോക്കുന്നു)

ദിവാകരൻ : *(ഗായത്രിയോട്)* അല്ല കൊച്ചേ, നിനക്ക് ഈ പി.എസ്.സി ഗൈഡ് ഇല്ലാതെ ജീവിക്കാൻ പറ്റത്തില്ലിയോ? സത്യത്തിൽ മോളിപ്പം ഏതു ജോലിക്കുള്ള ടെസ്റ്റിനാ പഠിക്കുന്നേ?

ഗായത്രി : വിശദീകരിച്ച് എഴുതേണ്ട ഒരു പരീക്ഷയുണ്ട്. അതിന്റെയൊരു മോഡൽ പരീക്ഷ ഇന്ന് കോച്ചിംഗ് സെന്ററിൽ നടത്തുന്നുണ്ട്. ഭാഷയിൽ പഴഞ്ചൊല്ലുകൾക്കുള്ള പ്രാധാന്യം. ആ ഭാഗമൊന്നു മറിച്ചു നോക്കിയതാ.

കമലാക്ഷി : *(ഗായത്രിയോട്)* സംശയം വല്ലതുമുണ്ടെങ്കിൽ അങ്ങോട്ടു ചോദിച്ചാൽ മതി. പറഞ്ഞു തരും. ഇന്നാളിൽ പറഞ്ഞു തന്നതൊക്കെ ഓർമ്മയുണ്ടല്ലോ.

ദിവാകരൻ : പഴഞ്ചൊല്ലുകളെക്കുറിച്ച് പുതിയ തലമുറയ്ക്ക് കൂടുതൽ അറിയാൻ വഴിയില്ല. അവർക്കതിൽ താല്പര്യമില്ല. കാരണം, പതിരില്ലാത്ത പഴഞ്ചൊല്ല് പുതിയ തലമുറയ്ക്ക് എതിരാണ്. ഉദാഹരണത്തിന് 'എല്ലുമുറിയെ പണി ചെയ്താൽ പല്ല് മുറി യെ തിന്നാം.' ചെറുപ്പക്കാരിൽ എത്ര പേരാണ് എല്ലുമുറിയെ പണി ചെയ്യുന്നത്? പിന്നെ... സിനിമാ പാട്ടിന്റെ പാരഡി പോലെ പഴഞ്ചൊല്ലിന്റെ പാരഡി ഇറങ്ങിയിട്ടുണ്ട്.

കമലാക്ഷി : *(ഗായത്രിയോട്)* മോളേ അത് കുറച്ചു നാള് മുമ്പ് എവിടെ നിന്നോ കിട്ടിയതാ. അത് ബുക്കിലെഴുതി വച്ച് കാണാതെ പഠിത്തമായിരുന്നു.

ദിവാകരൻ : വീട് മാറിയപ്പോൾ ആ ബുക്ക് നഷ്ടപ്പെട്ടോടീ?

കമലാക്ഷി : ഇല്ല. അതിൽ പഴഞ്ചൊല്ല് മാത്രമല്ല ഉള്ളത്. വേറെ കണക്കുകളും തീയതികളും ഫോൺ നമ്പരുകളും ഉണ്ട്. . അതുകൊണ്ട് സൂക്ഷിച്ചു വച്ചിട്ടുണ്ട്.

ദിവാകരൻ : എന്നാൽ നീയിങ്ങ് എടുത്തോണ്ടു വാ.

(കമലാക്ഷി ബുക്ക് തപ്പി എടുത്തു കൊണ്ടുവന്ന് ദിവാകരന്റെ

കൈയിൽ കൊടുക്കുന്നു. ദിവാകരൻ പേജ് മറിച്ചിട്ട് ബുക്ക് ഗായത്രിക്ക് കൈമാറുന്നു)

ദിവാകരൻ : *(ഗായത്രിയോട്)* ഇതിൽ ആദ്യഭാഗം മോള് പറയണം. രണ്ടാം ഭാഗം ഞാൻ പറയാം.

(ഗായത്രി ബുക്കിൽ സൂക്ഷ്മമായി നോക്കുന്നു)

ഗായത്രി : ചങ്ങാതി നന്നായാൽ?

ദിവാകരൻ : കാശ് കടം വാങ്ങാം.

ഗായത്രി : മുറ്റത്തെ മുല്ലയ്ക്ക്?

ദിവാകരൻ : വെള്ളമൊഴിക്കണം.

ഗായത്രി : നാടോടുമ്പോൾ?

ദിവാകരൻ : നാട്ടുകാരും ഓടും.

ഗായത്രി : വെളുക്കാൻ തേച്ചത്?

ദിവാകരൻ : കഴുകാൻ മറക്കരുത്.

(ദിവാകരൻ കാണാതെ കമലാക്ഷി തന്ത്രത്തിൽ അവിടെ നിന്ന് രക്ഷപെട്ട് പതുങ്ങി അടുക്കളയിലേക്കു പോകുന്നു. ഗായത്രി അതു കണ്ട് ഊറി ചിരിക്കുന്നു. ദിവാകരനും ഗായത്രിയും തുടരുന്നു)

ഗായത്രി : മൂക്കില്ലാ രാജ്യത്ത്?

ദിവാകരൻ : തുമ്മലില്ല, ജലദോഷവുമില്ല.

ഗായത്രി : അറിയാത്ത പിള്ളയ്ക്ക്?

ദിവാകരൻ : ട്യൂഷൻ കൊടുക്കണം.

ഗായത്രി : ഉണ്ണിയെ കണ്ടാലറിയാം?

ദിവാകരൻ : ഉമയുടെ ചേട്ടനാണെന്ന്.

ഗായത്രി : എല്ലുമുറിയെ പണി ചെയ്താൽ?

ദിവാകരൻ : ആശുപത്രിയിൽ കിടക്കാം.

ഗായത്രി : എലിയെ കൊല്ലാൻ?

ദിവാകരൻ : പൂച്ചയെ വളർത്തണം.

ഗായത്രി : കാക്ക കുളിച്ചാൽ?

ദിവാകരൻ : തണുത്തു വിറയ്ക്കും.

ഗായത്രി : കുന്തം പോയാൽ?

ദിവാകരൻ : ലുട്ടാപ്പിയോടു ചോദിക്കണം.

ഗായത്രി : പയ്യെ തിന്നാൽ?

ദിവാകരൻ : സമയം പോകും.

ഗായത്രി : മിണ്ടാപ്പൂച്ച?

ദിവാകരൻ : ഊമയായിരിക്കും.

ഗായത്രി : വേലിയിൽ കിടന്ന പാമ്പിനെ?

ദിവാകരൻ : വാവാ സുരേഷ് കൊണ്ടുപോയി.

ദിവാകരൻ : എങ്ങനുണ്ട് മോളേ? നീ പൊട്ടിച്ചിരിക്കാത്തതെന്താ?

ഗായത്രി : ഹോ! ഇത്രേം ചളിയാണെന്നു വിചാരിച്ചില്ല. എന്തെങ്കിലും തമാശ ഉണ്ടെങ്കിൽ ചിരിച്ചാൽ പോരെ?

(ദിവാകരൻ തിരിഞ്ഞ് കമലാക്ഷിയെ നോക്കുന്നു. കാണാത്തപ്പോൾ)

ദിവാകരൻ : ഡേയ്...

OBV കമലാക്ഷി : അടുക്കളേൽ ജോലിയുണ്ട്.

ദിവാകരൻ : ഒന്നു വന്നിട്ടു പോ...

(കമലാക്ഷി ഗൗരവഭാവത്തിൽ ദിവാകരനു നേരെ നടന്നടുക്കുന്നു. ദിവാകരൻ സ്തബ്ദനായി നിൽക്കുന്നു)

കമലാക്ഷി : *(ഉഗ്രമൂർത്തിയെ പോലെ)*
പട പേടിച്ച് പന്തളത്തു പോയപ്പോൾ പന്തം കൊളുത്തി പട. മത്തൻ കുത്തിയാൽ കുമ്പളം മുളയ്ക്കില്ല. മല തന്നെ വീണാലും തല തന്നെ താങ്ങണം.

ദിവാകരൻ : ഇത് ഒറിജിനലാ. നീ പ്രശ്നമുണ്ടാക്കല്ലേ. ഇനി ആവർത്തിക്കത്തില്ല. ഇവിടിരിക്ക്.

(ദിവാകരൻ കമലാക്ഷിയെ പിടിച്ച് കസേരയിൽ ഇരുത്തുന്നു)

കമലാക്ഷി : ഇനി മേലിൽ എവിടുന്നെങ്കിലും കിട്ടുന്നത് ഇവിടെക്കൊണ്ടു വന്നു വിളമ്പുമോ?

ദിവാകരൻ : അയ്യോ... ഇല്ലേ...

(ഗായത്രി എന്തോ ഓർക്കുന്ന പോലെ ദിവാകരന്റെയും കമലാക്ഷിയുടെയും അടുത്തേക്കു വരുന്നു)

ഗായത്രി : നിരഞ്ജൻ വിളിച്ചിട്ട്... കുറച്ചു ദിവസമായി.

കമലാക്ഷി : വിളിക്കാതിരിക്കുന്നത് ജോലിത്തെരക്കു കൊണ്ടാവും. *(ദിവാകരനോട്)* അവൻ സൗദീൽ പോയി മൂന്നു വർഷത്തിനകം ഇത്രേം മാറ്റം വന്നപ്പോൾ നാട്ടുകാർ അമ്പരക്കുവാ. അവനവിടെ പണമുണ്ടാക്കുന്ന വേറെ ഏതോ പണിയാണെന്നാ പൊതുജന സംസാരം.

ദിവാകരൻ : അതു പറഞ്ഞോട്ടെ. അവനവിടെ ഒട്ടകഫാമിലെ ജോലിയാണെന്നും അറബി കൊടുക്കുന്ന ഔദാര്യമാണ് ഈ കാണുന്നതൊക്കെയെന്നും നമുക്കറിയാമല്ലോ. അതൊന്നും ആരെയും ബോധ്യപ്പെടുത്തേണ്ട കാര്യമില്ല.

കമലാക്ഷി : ജീവിതത്തിൽ എല്ലാ കാര്യങ്ങൾക്കും അതിന്റേതായ സമയമുണ്ട്. വൈകിയാണെങ്കിലും നടക്കേണ്ടതു നടന്നിരിക്കും. അതല്ലിയോ സത്യം?

ദിവാകരൻ : കഠിനമായ ജോലിയൊന്നും ചെയ്യരുതെന്ന് ഡോക്ടർ പറഞ്ഞപ്പോൾ എന്റെ പ്രതീക്ഷ അർപ്പിച്ചത് നിരഞ്ജനിലാണ്. അവന് എന്തെങ്കിലും ഗതിയുണ്ടാകണമെന്നത് എന്റെ ഉത്കണ്ഠ ആയിരുന്നു. നമ്മുടെ സന്തോഷം നമ്മുടെ തീരുമാനമാണ്. നമ്മുടെ ചിന്തകൾക്കനുസരിച്ചാണ് ആ സന്തോഷം. ഏതു ദുഃഖത്തിലും സന്തോഷം

കണ്ടെത്തിയത് എന്റെ കമലാക്ഷി കൂടെയുള്ളതു കൊണ്ടാണ്. *(ഗായത്രിയെ നോക്കിയിട്ട്)* ഇപ്പോൾ ഇവളും.

കമലാക്ഷി : സമ്പത്തും സൗന്ദര്യവും ആരോഗ്യവും എല്ലാം ഉണ്ടായിട്ടും സന്തോഷമില്ലാത്തവരെ നമ്മൾ കണ്ടിട്ടില്ലേ? നാളെയ്ക്കായി ഒന്നും കരുതി വയ്ക്കാനില്ലാത്തവർ സന്തോഷമായി ജീവിക്കുന്നത് നമ്മൾ കാണുന്നുണ്ടല്ലോ. അതാണ് ജീവിതം.

ദിവാകരൻ : ഞാൻ ആവലാതിപ്പെടുമ്പോഴും നാളെ നല്ലതു വരുമെന്ന ശുഭാപ്തിവിശ്വാസം എനിക്കുണ്ടായിരുന്നു. മഴ മാറി വെയിൽ വരുന്നതു പോലെ... വിഷമങ്ങൾ മാറി സമാധാനത്തിന്റെ ആകാശത്തിൽ സൂര്യനുദിക്കും എന്ന വിശ്വാസം.

കമലാക്ഷി : നമ്മൾക്കിവിടെ സന്തോഷം തന്നിട്ട് അവനവിടെ കഷ്ടപ്പാട് സഹിക്കുകയാണോ എന്നു ഞാൻ സംശയിക്കാറുണ്ട്.

ദിവാകരൻ : ഏയ് അതൊന്നുമില്ല. ഉണ്ടെങ്കിൽ അവനിങ്ങ് പോരത്തില്ലിയോ? നമ്മുടെ ജീവിത പ്രയാസങ്ങളിൽ എങ്ങനെയോ വന്നു ചേർന്ന സൗഭാഗ്യമായിട്ടാണ് ഞാനിതിനെ കാണുന്നത്. നാട്ടിൽ നിന്നിരുന്നെങ്കിൽ ഉടനെ അവനെക്കൊണ്ട് വല്ലതും നടക്കുമായിരുന്നോ? അവനല്ലാതെ പിന്നാരാ നമുക്കു വേണ്ടി കഷ്ടപ്പെടേണ്ടത്?

കമലാക്ഷി : നിരാലംബയായ ഒരു പെണ്ണിന് ജീവിതം കൊടുക്കാനും കഴിഞ്ഞല്ലോ.

ദിവാകരൻ : *(ഗായത്രിയോട്)* ജോലിക്കുള്ള ടെസ്റ്റ് എന്നാണ്?

ഗായത്രി : തീയതി വന്നിട്ടില്ല.

ദിവാകരൻ : കോച്ചിംഗ് സെന്ററിലെ ഫീസടച്ചോ?

ഗായത്രി : അടച്ചു. *(കമലാക്ഷിയോട്)* അമ്മേ, ഞാൻ എന്നാൽ സെന്ററിൽ പോയിട്ടു വരട്ടെ. വണ്ടിക്കൂലി കൊടുക്കാൻ ചില്ലറയില്ല.

കമലാക്ഷി : എന്റെ കൈയിലുമില്ല. നൂറിന്റെ നോട്ടാണ്. *(ദിവാകരനോട്)* ഇങ്ങള് കടയിൽ പോയി നൂറു രൂപയ്ക്ക് ചില്ലറ മേടിച്ചോണ്ടു വാ.

ദിവാകരൻ : എനിക്കു വയ്യ. നീ പോയങ്ങ് മേടിച്ചാ മതി.

കമലാക്ഷി : അതെന്താ ഇങ്ങൾക്കൊന്ന് പോയാല്?

ദിവാകരൻ : അഞ്ഞൂറു രൂപ കടം ചോദിച്ചാൽ ഒരുത്തന്റേം കൈയിൽ നൂറു രൂപയിൽ കൂടുതൽ കാണത്തില്ല. നൂറു രൂപയുടെ ചില്ലറ ചോദിച്ചാലോ? അഞ്ഞൂറിന്റെ നോട്ട് മാത്രേ കാണത്തൊളള്. അതുകൊണ്ട് നീയങ്ങ് പോയാ മതി.

(ഫോൺ കോൾ വരുന്നു. ദിവാകരൻ ഫോണെടുക്കുന്നു)

OBV നിരഞ്ജൻ : എല്ലാവർക്കും സുഖമാണോ അച്ഛാ...

ദിവാകരൻ : അതെ... സുഖമാണ്.

OBV നിരഞ്ജൻ : ഗായത്രിയോ?

ദിവാകരൻ : ആ കൊച്ചിന് പി.എസ്.സിക്കു പഠിച്ചു പഠിച്ചു വയ്യ.

OBV നിരഞ്ജൻ : ചിരിക്കുന്നു.

ദിവാകരൻ : നിന്റമ്മ എന്നോട് എപ്പോഴും ഗുസ്തി പിടുത്തമാ...

OBV നിരഞ്ജൻ : *(ചിരിക്കുന്നു)*

ദിവാകരൻ : എന്താടാ ചിരിക്കുന്നേ? ശരിയല്ലിയോ?

OBV നിരഞ്ജൻ : അമ്മ പാവമല്ലിയോ?

ദിവാകരൻ : പിന്നേ പാവം.

OBV നിരഞ്ജൻ : അമ്മയുടെ കൈയിൽ ഫോൺ കൊട്...

ദിവാകരൻ : ങാ... കൊടുക്കാം.

(ദിവാകരൻ ഫോൺ കമലാക്ഷിയുടെ കൈയിൽ കൊടുക്കുന്നു)

കമലാക്ഷി : ഹലോ... നിനക്കു സുഖമാണോടാ? ജോലിയൊക്കെ എങ്ങനെയുണ്ട്? ഓ... സന്തോഷം.

ദിവാകരൻ : *(ഇടയ്ക്കു കയറിയിട്ട്)* അതൊക്കെ സ്ഥിരം ചോദിക്കുന്നതല്ലി യോടീ? ഒന്നു മാറ്റിപ്പിടിക്ക്.

കമലാക്ഷി : *(ഫോണിൽ)* ഇനി നാട്ടിലൊന്നു വന്നിട്ടു പോയിക്കൂടെ? *(ദിവാകരനോട്)* നോക്കട്ടേന്ന്. *(ഫോണിൽ)* ശരി, ശരി. ഗായത്രീടെ കൈയിൽ കൊടുക്കട്ടെ? പിന്നെ വിളിക്കാമെന്നോ? അതെന്താടാ അവൾക്കു വിഷമമാകത്തി ല്ലിയോ? പിന്നെ വിളിക്കണേ... ശരി...

(ഫോൺ കട്ടാകുന്നു)

കമലാക്ഷി : നമുക്ക് നാളെയെങ്ങാനും അവനെ ഒരു വീഡിയോ കോൾ വിളിച്ചാലോ? അവന്റെ ജോലി സ്ഥലമൊക്കെ ഒന്നു കാണാമാ യിരുന്നു.

ദിവാകരൻ : അതു വേണ്ട, നമ്മളെ കണ്ടാൽ അവന് പെട്ടെന്നിങ്ങ് വരണമെന്നു തോന്നും. കുറച്ചു നാൾ കൂടി അവിടെ നിന്നിട്ട് വരട്ടെ.

കമലാക്ഷി : അതെ... അവിടെ നിൽക്കട്ടെ... കഫീലിനെ ക്കുറിച്ച് അവന് നൂറു നാവാണ്.

ദിവാകരൻ : സാധാരണയായി മക്കൾ ഗൾഫിൽ പോകുമ്പോൾ ഉണ്ടാകുന്ന അങ്കലാപ്പൊ ന്നും നമുക്ക് ഉണ്ടായില്ലല്ലോ. അതു തന്നെ ഭാഗ്യം.

കമലാക്ഷി : അവനവിടെ ഉറച്ചുനിൽക്കുമെന്ന പ്രതീക്ഷ എനിക്കില്ലായിരുന്നു.

ദിവാകരൻ : ഇവിടെ അലസന്മാരായിട്ടുള്ള എത്രയോ പിള്ളേരാണ് ഗൾഫിൽ പോയിട്ട് മിടുക്കന്മാരായി വരുന്നത്!

കമലാക്ഷി : കഷ്ടപ്പാട് അറിഞ്ഞു തന്നെ ജീവിക്കട്ടെ.

ദിവാകരൻ : കഷ്ടപ്പാടെന്തുവാ? വീടു വിട്ടു നിൽക്കുന്നതിന്റെ പ്രയാസം. അത് ഗൾഫിൽ പോകുന്നവർക്കെല്ലാം ഉള്ളതാ.

ദിവാകരൻ : എന്നാലും ഈ കഫീൽ വല്ലാത്തൊരു മനുഷ്യൻ തന്നെ. വിശ്വസിക്കാൻ പറ്റുന്നില്ല.

കമലാക്ഷി : അവനെ കഫീൽ മോനെപ്പോലെയാണു കാണുന്നതെന്നു പറഞ്ഞപ്പോൾ എന്തൊരാശ്വാസമാണ്...

(വീണ്ടും നിരഞ്ജന്റെ കോൾ വരുന്നു. ദിവാകരൻ ഫോൺ എടുത്തു സംസാരിക്കുന്നു. കമലാക്ഷി ആകാംക്ഷയോടെ നോക്കുന്നു. ദിവാകരൻ മനസ്സിൽ ഭാരം നിറഞ്ഞ പോലെ മിണ്ടാതെ നിൽക്കുന്നു)

കമലാക്ഷി : എന്താണ്? എന്താ കാര്യം?

ദിവാകരൻ : നിരഞ്ജനാ വിളിച്ചത്.

കമലാക്ഷി : അത് മനസ്സിലായി. *(ആകാംക്ഷ)* എന്താ കാര്യമെന്നു പറ...

ദിവാകരൻ : കഫീലുമായി എന്തോ പ്രശ്നമുണ്ടായെന്ന്.

... LIGHT OFF ...

രംഗം - 14

(മസ്രി. നിരഞ്ജൻ മരുഭൂമിയിലേക്ക് നോക്കി നിൽക്കുന്നു. അഹമ്മദ് കുറ്റബോധത്തോടെ സാവധാനം പ്രവേശിക്കുന്നു. നിരഞ്ജൻ അഹമ്മദ് വന്നത് കാണാതെയാണ് നിൽക്കുന്നത്. അഹമ്മദ് തോളിൽ കൈവയ്ക്കുമ്പോൾ നിരഞ്ജൻ തിരിഞ്ഞു നോക്കുന്നു)

അഹമ്മദ് : എനിക്കൊരു അബദ്ധം പറ്റിപ്പോയി. നിനക്കത് മറന്നു കൂടെ?

നിരഞ്ജൻ : ബാബ ഇപ്പോൾ ചിന്തിക്കേണ്ടത് എന്നെക്കുറിച്ചല്ല. നഷ്ടപ്പെട്ട ചുണക്കുട്ടനെ തിരിച്ചു കൊണ്ടുവരാനാണ്.

അഹമ്മദ് : അത് പോലീസ് അന്വേഷിച്ചു കണ്ടുപിടിച്ചോളും. നിന്റെ മാനസികാവസ്ഥ തിരിച്ചു കൊണ്ടുവരാനാണ് എനിക്കിപ്പോൾ തിടുക്കം. *(വൈകാരികമായി)* എനിക്കു നിന്നെ വിശ്വാസമാണെടാ.

നിരഞ്ജൻ : *(നീരസം)* വിശ്വാസം! യുക്തിരഹിതമായ പ്രതീക്ഷയല്ലേ വിശ്വാസം!

അഹമ്മദ് : എന്റെ വിശ്വാസം എനിക്ക് നിന്നിൽ തോന്നിയ ഒരു പ്രത്യേക തരം സ്നേഹോപഹാരമാണ്. സ്നേഹം കൊണ്ടു മാത്രമുള്ള വിശ്വാസം.

നിരഞ്ജൻ : പിന്നെ എന്തുകൊണ്ടാണ് ആ വിശ്വാസത്തിന് ആയുസ്സില്ലാതെ പോയത്?

അഹമ്മദ് : അതല്ലേ ഞാൻ പറഞ്ഞത് അബദ്ധം പറ്റിപ്പോയെന്ന്?

നിരഞ്ജൻ : ഇവിടെ ഇങ്ങനെയൊരു സംഭവമുണ്ടായപ്പോൾ ബാബ വളരെ പെട്ടെന്ന് ഒരു നിഗമ

നത്തിലെത്തി... രണ്ടാമതൊന്ന് ആലോചിക്കുക പോലും ചെയ്യാതെ... വാക്കുകളിലൂടെയും പ്രവൃത്തികളിലൂടെയും അങ്ങ് എനിക്ക് ശിക്ഷ തന്നപ്പോൾ ഞാൻ ഏറ്റുവാങ്ങിയത്... എന്നെ അങ്ങ് രക്ഷിക്കുകയും ശിക്ഷിക്കാനുള്ള അവകാശം തന്നതുകൊണ്ടുമാണ്.

അഹമ്മദ് : കരുതലിന്റെ കരം നീട്ടാൻ ശ്രമിച്ച എനിക്ക്, നിന്റെയുള്ളിൽ വേദനയുടെ കനലെരിയുന്ന നീറ്റൽ കാണാൻ കഴിഞ്ഞില്ല.

നിരഞ്ജൻ : ഇഷ്ടമല്ലാത്ത ജോലി ചെയ്യാൻ നിയോഗിക്കപ്പെട്ടപ്പോൾ പതറിപ്പോയി. എന്റെ ധാരണകളെയെല്ലാം മാറ്റി... എങ്ങനെ പൊരുത്തപ്പെട്ടു ജീവിക്കാമെന്നു തിരിച്ചറിഞ്ഞ് മാനസിക സമ്മർദ്ദമില്ലാതെ പുതിയ പ്രതീക്ഷയിലേക്കു വന്നവനാണു ഞാൻ. സത്യസന്ധനായി ജീവിക്കാനാണ് എന്റെ മാതാപിതാക്കൾ പഠിപ്പിച്ചത്. എന്നെ പൂർണ്ണമായും തിരിച്ചറിഞ്ഞില്ല... ഇനിയിവിടെ...

അഹമ്മദ് : അപ്പോൾ നീ പറഞ്ഞു വരുന്നത്?

നിരഞ്ജൻ : ഇനി ഇവിടെ തുടരണോ എന്ന്.

അഹമ്മദ് : അങ്ങനെയൊരു തീരുമാനമെടുക്കാൻ നിനക്ക് കഴിയുമോ?

അഹമ്മദ് : *(അനുനയിപ്പിക്കാനുള്ള ശ്രമം)* നമ്മുടെ ചുണക്കുട്ടൻ നേടിത്തന്ന സമ്മാനത്തുക അക്കൗണ്ടിൽ എത്തിയിട്ടുണ്ട്. അത് നിനക്കു തരാൻ ഞാനാഗ്രഹിക്കുന്നു. ക്ഷമാപണം വാക്കിൽ ഒരുക്കാതെ പ്രവൃത്തിയിൽ വെളിപ്പെടുത്താൻ ഇതേ ഒരു മാർഗ്ഗമായി ഞാൻ കാണുന്നുള്ളു.

നിരഞ്ജൻ : വേണ്ട ബാബ. പണം എല്ലാത്തിനും പരിഹാരമാണെന്ന് കരുതുന്നില്ല. പണത്തോട്

എനിക്ക് ആർത്തിയുമില്ല. പക്ഷേ... അത് അത്യാവശ്യവുമാണ്. അങ്ങ് എനിക്ക് വേണ്ട തിലധികവും തന്നിട്ടുണ്ട്. അതൊന്നും മടക്കി തരാൻ കഴിയുന്നതുമല്ല. ഇനി ബാബ എനിക്കു വേണ്ടി എന്തെങ്കിലും ചെയ്താൽ അത് അധികമായിരിക്കും.

അഹമ്മദ് : എന്റേതായ കുറ്റം കൊണ്ട്, ഞാനുണ്ടാക്കിയ അസ്വസ്ഥതകളിൽ നിന്ന് നിനക്കു മേൽ എനിക്കുള്ള തെറ്റിദ്ധാരണ മാറ്റി സ്നേഹവും സന്തോഷവും ഞാൻ വീണ്ടെടുത്തിട്ടുണ്ട്.

നിരഞ്ജൻ : ബാബ അതെല്ലാം വിലയ്ക്കെടുക്കുകയായിരുന്നു എന്നു ഞാൻ പറഞ്ഞാൽ നിഷേധിക്കാമോ?

അഹമ്മദ് : പണം കൊണ്ടു മാത്രമല്ല... മനസ്സുകൊണ്ടും. നിരഞ്ജൻ... എന്റെ മനസ്സിനെ കീറി മുറിക്കരുത്.

നിരഞ്ജൻ : ചേർത്തു വച്ച ബന്ധങ്ങളിൽ വിള്ളലുണ്ടായാൽ ഒഴിഞ്ഞു പോകുന്നതാണ് നല്ലത്.

അഹമ്മദ് : നീ എന്താണു ഉദ്ദേശിക്കുന്നത്?

നിരഞ്ജൻ : ഞാൻ ഇനി ഇവിടെ നിൽക്കുന്നില്ല. നാട്ടിലേക്കു മടങ്ങുകയാണ്. അതിനുള്ള സഹായം ദയവായി ചെയ്തു തരണം.

അഹമ്മദ് : വല്ലാതെ വിഷമിപ്പിക്കുന്ന കാര്യമാ നീ പറഞ്ഞത്. എനിക്കു മാത്രമല്ല, റാബിയയ്ക്കും അതൊരു വിഷമമായിരിക്കും.

നിരഞ്ജൻ : ബാബാ... ഞാൻ വന്നിട്ട് കുറച്ചു നാളായല്ലോ. അച്ഛനും അമ്മയും ഭാര്യയും എന്നെ കാണാൻ വല്ലാതെ ആഗ്രഹിക്കുന്നു. അവർ ആവശ്യപ്പെട്ടിട്ടു കൂടിയാണ്, പോകാൻ തീരുമാനിക്കുന്നത്. എനിക്കും അവരെയൊക്കെ കാണണമെന്നുണ്ട്.

അഹമ്മദ് : പക്ഷേ നിരഞ്ജൻ, നീയിവിടുന്ന് പോയാൽ അതു ഞങ്ങൾക്ക് താങ്ങാനാവില്ല.

നിരഞ്ജൻ : അപ്പോൾ എന്നെ കാത്തിരിക്കുന്നവരോട് ഞാനെന്തു പറയും?

അഹമ്മദ് : നീ വരുന്നതിനു തൊട്ടുമുൻപ് ഈ മസ്രയിൽ വല്ലപ്പോഴുമാണ് ഞാൻ വരാറുള്ളത്. നിനക്കുമുമ്പ് ഒരു രാജസ്ഥാനി ആയിരുന്നു മസ്ര നോക്കിയിരുന്നത്. അയാൾ എന്തൊക്കെയോ ചെയ്തു കൊണ്ടിരുന്നു. അവരിലൊന്നും കാണാത്ത പ്രത്യേ കതകൾ നിന്നിൽ കണ്ടു. നീ വന്നതിൽ പിന്നെ ഞങ്ങൾക്ക് പുതുജീവൻ കിട്ടിയതു പോലെയായി. ഞാനിവിടെ വരുന്നതും നിന്നെ കാണുന്നതും വാഹിദിന്റെ പിന്നാലെയുള്ള ശ്രദ്ധ പോലെയാണ്.

നിരഞ്ജൻ : അകലെയാണെങ്കിലും എന്റെ അച്ഛൻ മനസ്സുകൊണ്ട് എന്റെ പിന്നാലെയുണ്ട്. അച്ഛൻ എന്നെ കാണാൻ കാത്തിരിക്കുകയാണ്. അച്ഛന്റെ ആഗ്രഹവും നിറവേറ്റണമല്ലോ.

അഹമ്മദ് : നിന്റെ അച്ഛന്റെ പ്രശ്നം നിനക്ക് പെട്ടെന്ന് മനസ്സിലാകും... എനിക്കും... നിന്റെ ഉള്ളിന്റെയുള്ളിൽ ഞാൻ അന്യൻ തന്നെയാണ്. അതല്ലേ സത്യം? അതു കൊണ്ട് അറിയാതെ തന്നെ നിന്റെ ചിന്തകൾ നിന്റെ സ്വന്തക്കാരിലേക്കു പോകും. എന്റെ വിഷമം വിഷമമായി തുടരും.

നിരഞ്ജൻ : ബാബയുടെ വിഷമം ഞാൻ മനസ്സിലാക്കുന്നു. ഒരിടത്തും കണ്ടിട്ടില്ലാത്ത മഹാമനസ്കനാണ് ബാബ. സ്വപ്നം കാണാൻ പോലും അർഹതയില്ലാത്ത സൗഭാഗ്യങ്ങൾ എനിക്കു തന്ന ദൈവതുല്യൻ. ശരി തന്നെ. പക്ഷേ എനിക്കു പോയേ പറ്റൂ.

അഹമ്മദ് : *(യാചന)* നിരഞ്ജൻ, നിനക്ക് പോകാതിരുന്നു കൂടെ?

നിരഞ്ജൻ : ഇല്ല ബാബ... എന്റെ തീരുമാനത്തിൽ മാറ്റമില്ല. അങ്ങ് എനിക്ക് ശിക്ഷ തന്നപ്പോൾ ഞാനെടുത്ത തീരുമാനമായിരുന്നു അത്. പക്ഷേ ഒരു കുറ്റക്കാരനായി മുദ്രയടിക്കപ്പെട്ട് പോകാൻ എനിക്കു കഴിയുമായിരുന്നില്ല. സത്യത്തിനു വേണ്ടി കാത്തിരിക്കുകയായിരുന്നു. ഇപ്പോൾ ആകെയൊരു മടുപ്പ്, എനർജി ക്കുറവ്. ഊർജ്ജമെടുത്ത് ഒന്നും ചെയ്യാൻ തോന്നുന്നില്ല. ചെറിയ കാര്യങ്ങൾ ചെയ്യുമ്പോൾ പോലും വലിയ ബാധ്യത അനുഭവപ്പെടുന്നു.

അഹമ്മദ് : *(ആലോചിച്ചു കൊണ്ട്)* ശരി നീ പൊയ്ക്കോളൂ. സന്തോഷമായിത്തന്നെ പൊയ്ക്കോളൂ. ഫ്ളൈറ്റ് ടിക്കറ്റ് ഞാനെടുത്തു തരാം. അതിനു മുമ്പ്, അതായത് ഇപ്പോൾ പഴയ നിരഞ്ജനെ എനിക്കൊന്നു കാണണം. നീ പോയൊന്ന് വൃത്തിയായി വാ.

(സമ്മതമെന്നോണം നിരഞ്ജൻ മുറിയിലേക്കു പോകുന്നു. അഹമ്മദ് ഫോണെടുത്ത് ഡയൽ ചെയ്ത് സംസാരിക്കുന്നു)

അഹമ്മദ് : ഹലോ! എവിടെയാണ്.. ? ഓ... ശരി.. ഞാനിവിടെയുണ്ട്. മസ്രയിൽ.

(അല്പനേരത്തെ സംസാരത്തിനു ശേഷം ഫോൺ കട്ടു ചെയ്യുന്നു. നിരഞ്ജൻ വൃത്തിയുള്ള വേഷത്തിൽ പ്രവേശിക്കുന്നു. അഹമ്മദിന്റെ മുഖം പ്രസന്നമാകുന്നു.)

അഹമ്മദ് : നിനക്കു വേണ്ടി കൂടുതലായി എന്തെങ്കിലും ചെയ്തെന്ന് ഞാൻ കരുതുന്നില്ല. ഇല്ലാത്തവനെ സഹായിക്കുന്നത് മനുഷ്യധർമ്മമാണ്. അതിനപ്പുറം ഞാനൊന്നും ചെയ്തില്ല. ഇവിടെ ധാരാളം പേർ ജോലിക്കായി വന്നു പോയിട്ടുണ്ട്. അവരൊന്നും എന്നെ

സ്വാധീനിച്ചിട്ടുമില്ല. പക്ഷേ എന്തു കൊണ്ടാണ് നീ.. ? *(വികാരാധീനനായി)* എന്തുകൊണ്ടാണെന്നു പറ...

(നിരഞ്ജൻ അസ്വസ്ഥനാകുന്നു)

അഹമ്മദ് : വീർപ്പുമുട്ടണ്ട. നിനക്ക് അച്ഛനെയും അമ്മയെയും ഭാര്യയെയും കാണണം... അതല്ലേ കാര്യം..? ഞാൻ തടസ്സമാകുന്നില്ല... അതു നടക്കട്ടെ... ജീവിതം പ്രശ്നങ്ങൾ കൊണ്ട് നിറഞ്ഞതാണ്. സഹിക്കാവുന്നതും സഹിക്കാൻ കഴിയാത്തതുമായ പ്രശ്നങ്ങൾ. അസഹ്യമായ പ്രശ്നങ്ങൾക്ക് പരിഹാരം കണ്ടെത്തുക എന്നതാണ് നമ്മൾ ചെയ്യേണ്ടത്. പരിഹാരമില്ലാത്തതായി യാതൊന്നും ഇവിടെയില്ല. ഞാൻ അങ്ങനെ ആശ്വസിച്ചു കൊള്ളാം.

നിരഞ്ജൻ : ആത്മബന്ധത്തിനൊപ്പം ദൃഢമായ വിശ്വാസപ്രമാണങ്ങളുള്ളവർക്ക് തോന്നുന്നതേ ബാബയ്ക്കും തോന്നിയുള്ളു.

അഹമ്മദ് : ശരി. നീ പോകാനുള്ള തയ്യാറെടുപ്പുകൾ നടത്തിക്കോളൂ. പക്ഷേ അതിനു മുൻപ്... നിന്നെ കാണാനായി ഒരാൾ വന്നിട്ടുണ്ട്. പുറത്ത് കാറിലിരിക്കുന്നുണ്ട്. ഞാൻ വിളിച്ചു കൊണ്ടു വരാം.

(അഹമ്മദ് പുറത്തേക്കു പോകുന്നു. നിരഞ്ജൻ ജിജ്ഞാസയോടെ നോക്കി നിൽക്കുന്നു. അഹമ്മദ് മടങ്ങിവരുന്നു. പിന്നാലെ പർദ്ദാധാരിയായ ഒരു സ്ത്രീ പ്രവേശിക്കുന്നു)

അഹമ്മദ് : ഇതാണ് എന്റെ ഭാര്യ റാബിയ. എത്ര നേരമായി അവൾ കാറിലിരിക്കുന്നു... റാബിയയെക്കുറിച്ച് ഞാൻ പറഞ്ഞ് നീ കേട്ടിട്ടല്ലേയുള്ളു?

റാബിയ : *(നിരഞ്ജനോട്)* അസലാമു അലൈക്കും.

നിരഞ്ജൻ : വഅലൈക്കും ഇസ്ലാം.

(റാബിയ നിരഞ്ജന്റെ അടുത്തേക്കു വന്ന് മുഖത്തേക്കു നോക്കി യിട്ട് അഹമ്മദിന്റെ അടുത്തേക്ക് ഓടുന്നു)

റാബിയ : *(അത്യധികം സന്തോഷത്തോടെ അഹമ്മദി നോട്)* നമ്മുടെ മകൻ വാഹിദിനെ പോലെ തന്നെയുണ്ട്.

(റാബിയ പതിയെ ദുഃഖിതയാവുകയും ദുഃഖം പുറത്തു കാണിക്കാതെ ഒരു വശത്തേക്കു മാറുകയും ചെയ്യുന്നു.)

നിരഞ്ജൻ : *(റാബിയയെ നോക്കിയിട്ട്)* ഉമ്മീ...

(റാബിയ വാത്സല്യം തുളുമ്പുന്ന നോട്ടത്തിൽ നിരഞ്ജന്റെ അടു ത്തേക്കു വന്ന് മുഖത്ത് ഒന്നുകൂടി നോക്കിയിട്ട് തിരിഞ്ഞു വന്ന് അഹമ്മദിന്റെ അടുത്തു നിന്നിട്ട് പുറത്ത് കാറിന്റെ അടുത്തേക്ക് ഓടുന്നു. അഹമ്മദിന് ഫോൺ കോൾ വരുന്നു)

അഹമ്മദ് : ഹലോ.. പറയൂ... ഞാൻ മദ്രസയിലുണ്ടെന്ന ല്ലേ നേരത്തേയും പറഞ്ഞത്? ഇങ്ങോട്ട് പോന്നാൽ മതി. *(ഫോൺ കട്ടാകുന്നു)*

അഹമ്മദ് : *(ആരോടെന്നില്ലാതെ)* പ്രസാദിനെ ഒരു ചുമതല ഏല്പിച്ചിരുന്നു. അവൻ വല്യ തിര ക്കുള്ള ആളാണ്. എത്ര തിരക്കുണ്ടാ യാലും ഞാൻ എന്തെങ്കിലും പറഞ്ഞാൽ കേൾക്കും.

(പുറത്ത് വാഹനം വന്നു നിൽക്കുന്ന ശബ്ദം. അഹമ്മദ് വേഗം ചെന്നു നോക്കിയിട്ട് മടങ്ങിവരുന്നു. പ്രസാദ് വന്നു നിന്നിട്ട് തിരിഞ്ഞു നോക്കുന്നു)

പ്രസാദ് : *(പുറത്തേക്കു നോക്കിക്കൊണ്ട്)* വാ... വാ... കേറി വാ.

(ദിവാകരനും കമലാക്ഷിയും ഗായത്രിയും പ്രവേശിക്കുന്നു. നിരഞ്ജൻ അവരെ കണ്ട് സ്തബ്ധനായി നിൽക്കുന്നു. അഹമ്മദ് എല്ലാവരെയും ഹൃദയപൂർവ്വം സ്വീകരിക്കുന്നു. അഹമ്മദ് അവരെയെ ല്ലാം വീക്ഷിക്കുന്നു.)

അഹമ്മദ് : *(തിടുക്കത്തിൽ)* നിങ്ങൾ സംസാരിക്ക്. ഞാൻ കുടിക്കാൻ വെള്ളം വാങ്ങിക്കൊ ണ്ടു വരാം.

(അഹമ്മദ് പോകുന്നു)

നിരഞ്ജൻ : *(കൗതുകം വിട്ടുമാറാതെ)* എല്ലാരും എങ്ങനെ ഇവിടെയെത്തി? എന്തുകൊണ്ടാ എന്നോടൊന്നും പറയാഞ്ഞത്?

ദിവാകരൻ : കഫീൽ ഇടയ്ക്കൊരു ദിവസം വിളിച്ച് ഞങ്ങൾ ഇങ്ങോട്ട് വരണമെന്ന് ആവശ്യപ്പെട്ടു. നിന്റെ കഫീൽ പറയുന്നത് കാര്യമായിട്ടാണെന്ന് ആദ്യം വിശ്വസിച്ചില്ല. മൂന്നോ നാലോ തവണ വിളിച്ചിട്ടാണ് ഇങ്ങനൊരു തീരുമാനമെടുത്തത്. നിരഞ്ജൻ അറിയരുതെന്ന് പ്രത്യേകം പറഞ്ഞിരുന്നു. ഉദ്ദേശമെന്താണെന്ന് തുറന്നു പറഞ്ഞു.

കമലാക്ഷി : ഇങ്ങനെയൊരാൾ വിളിച്ചപ്പോൾ വരാൻ തീരുമാനിച്ചത് ആശങ്കയോടെ ആയിരുന്നു... അതും ഗൾഫിലേക്ക്...

ഗായത്രി : നിരഞ്ജൻ കഫീലിനെക്കുറിച്ചു പറയുന്ന വോയ്സ് മെസ്സേജ് കേട്ടപ്പോൾ ഒന്നും പേടിക്കാനില്ലെന്നു മനസ്സിലായി.

ദിവാകരൻ : നീ അറിയരുതെന്നു പറഞ്ഞപ്പോൾ സംശയമുണ്ടായിരുന്നു.

കമലാക്ഷി : ഇങ്ങനെയുമുണ്ടോ മനുഷ്യർ? പിന്നെ... ഞങ്ങൾക്ക് ഗൾഫും ഒന്നു കാണാമല്ലൊ...

ദിവാകരൻ : *(കമലാക്ഷിയെ നോക്കിക്കൊണ്ട്)* ഇങ്ങോട്ടു വരുന്നെന്നു പറഞ്ഞപ്പോൾ ഇവളുടെ ചാട്ടമൊന്നു കാണണമായിരുന്നു.

ഗായത്രി : ഒരാഴ്ചയ്ക്കുള്ളിൽ പാസ്സ്പോർട്ട് എടുത്തു. തൊട്ടുപിന്നാലെ വിസയും വന്നു.

ദിവാകരൻ : അങ്ങനെ മറ്റാർക്കും കിട്ടാത്ത ഭാഗ്യം ഞങ്ങൾക്കു കിട്ടി. നിന്നോട് ഇതൊന്നും നേരത്തേ പറയാതിരുന്നതിൽ പ്രശ്നമില്ലല്ലോ?

(അഹമ്മദ് ഡ്രിങ്ക്സുമായി വന്ന് എല്ലാവർക്കും കൊടുക്കുന്നു. എല്ലാവരും കുടിക്കുന്നു)

അഹമ്മദ് : *(നിരഞ്ജനോട്)* നിനക്ക് അച്ഛനെയും ഭാര്യയെയും അമ്മയെയും കാണാനുള്ള ആഗ്രഹം ഞാൻ മനസ്സിലാക്കിയത് ഇന്നും ഇന്നലെയുമല്ല. നീ വന്ന ദിവസം അതൊക്കെ ഞാൻ കണ്ടതാ... ഇതിനുള്ള ശ്രമം ഞാൻ നേരത്തേ തുടങ്ങിയതാ. ശരി ഇനി നീ നാട്ടിലേക്ക് പൊയ്ക്കോളൂ.

(നിരഞ്ജൻ ഉത്തരം മുട്ടി നിൽക്കുന്നു)

നിരഞ്ജൻ : *(സ്നേഹവായ്പോടെ)* ബാബാ...

അഹമ്മദ് : *(എല്ലാവരോടും)* അപ്പോൾ നമുക്ക് എന്റെ വീട്ടിലേക്കു പോകാം. ഇനിയുള്ള കാര്യങ്ങൾ പിന്നീട്.

(എല്ലാവരും പുറത്തേക്കു പോകുന്നു. നിരഞ്ജൻ പിന്നാലെ നടക്കുന്നു. ഒട്ടകങ്ങളുടെ ശബ്ദം)

നിരഞ്ജൻ : *(ഒട്ടകങ്ങളോട്)*
കാത്തിരിക്ക് ഉടനെ മടങ്ങി വരാം.

... LIGHT OFF ...

(യവനിക)

www.ingramcontent.com/pod-product-compliance
Lightning Source LLC
LaVergne TN
LVHW090421051026
849518LV00006B/2399
* 9 7 8 8 1 1 9 7 7 0 1 0 6 *